பச்சையும் சிவப்புமாய் ஒரு பாதாம் மரம்

முத்தரசி

பச்சையும் சிவப்புமாய் ஒரு பாதாம் மரம்	:	வாழ்வனுபவங்கள்
	:	முத்தரசி
	:	© ஆசிரியருக்கு
முதற்பதிப்பு	:	டிசம்பர் 2022
அட்டை வடிவமைப்பு	:	பி.எஸ். வம்சி
வெளியீடு	:	வம்சி புக்ஸ்
		19, டி.எம்.சாரோன்,
		திருவண்ணாமலை - 606 601
		9445870995, 04175 - 235806
அச்சாக்கம்	:	மணி ஆப்செட், சென்னை - 600 077
விலை	:	₹ 200/-
ISBN	:	978-93-93725-19-6

Pachaiyum sivappumai oru baathaam maram	:	Vazhvanupavangal
	:	Mutharasi
	:	© Author
First Edition	:	December - 2022
Wrapper Design	:	B.S. Vamsi
Published by	:	Vamsi books
		19.D.M.Saron,
		Tiruvannamalai - 606 601
		9445870995, 04175 - 235806
Printed by	:	Mani Offset, Chennai - 600 077
	:	₹ 200/-
ISBN	:	978-93-93725-19-6

www.vamsibooks.com - e-mail: kvshylajatvm@gmail.com

வாசிக்கக் கற்றுத் தந்த அம்மா சிவகாமிக்கும்...
சிந்திக்கக் கற்றுத் தந்த அப்பா குணசேகருக்கும்...

நன்றி என்கிற எளிய வார்த்தைக்கு பின்னால் உள்ள இதயங்கள்

பள்ளி சார்ந்த பணிகளிலும் அரசு சார்ந்த எழுத்துப் பணிகளிலும் நேரம் போதாமல் உழைத்துக் கொண்டிருந்தாலும், கேட்டவுடன் சந்தோஷமாய் முன்னுரை எழுதி அனுப்பிய அன்புத் தோழி பரமுவுக்கு பிரியமும் நன்றியும்

ஒவ்வொரு கட்டுரையையும் கடிதத்தையும் புன்சிரிப்புடன் தட்டச்சு செய்த அஜித்தாவுக்கும், நிதானமும் பொறுமையுமாய் வடிவமைத்த மோகனாவுக்கும் பிரியமிகு நன்றிகள்.

அசல் பாதாம் மரத்தை வெவ்வேறு கோணங்களில் வேறு வேறு நேரங்களில் படமெடுத்து, தேர்ந்த ஒரு சித்திரத்தை உருவாக்கித் தந்த வம்சி செல்லத்திற்கு நிறைந்த நேசமும், அன்பும்.

நான் எழுதிக் கொண்டிருந்த அத்தனை நாட்களிலும் என்னை தன் அன்பால், பிரியத்தால் அரவணைத்து பாதுகாத்துக் கொண்ட மகன் சுதிருக்கு பிரியமிகு முத்தங்களும் அன்பும். கணவர் இராமசாமிக்கு அன்பின் நன்றிகள்.

நீ எழுதிய ஆகவேண்டும் என்பதை எனக்கு எப்போதும் நினைவூட்டிக் கொண்டே இருக்கும் என் வழிகாட்டி அருட் சகோதரி ராணி சிஸ்டர் அவர்களுக்கும் இதைத் தன் புத்தகமாகவே எண்ணி மகிழும் செல்வ பாரத்துக்கும் என் பிரியமிகு நன்றிகள்

நான் எழுத ஆரம்பித்த புள்ளி

ஷைலஜாவுடனான என் நட்பின் பாதையைச் சற்றுத் திரும்பிப் பார்க்கிறேன்! ஞாபக ஆற்றின் கரை ஓரங்களில் நிற்பதே மனத்தை ஈரமாக்குகிறது.

எழுத்துக் கூட்டி வாசிக்கத் தெரிந்த நாள் முதல் கல்லூரிக்காலம் வரை பரந்து விரிந்திருந்த என் வாசிப்பு அனுபவத்தை, திருமணம் வாரிச் சுருட்டி எடுத்துக் கொண்டு போனது. குடும்பம், குழந்தை, வேலை, வீட்டின் சூழல் அனைத்தும் என்னை வார்த்தைகளற்ற வேறொரு மனுஷியாக மாற்றியிருந்தன. ஏதோ ஒரு கணத்தில் நல்லாசிரியர் என்பவர், பாடம் நடத்துபவர் மட்டும் அல்ல என்கிற பேருண்மை என்னைப் புடமிட்டுப் பார்த்த நாளில் மிக நீண்ட இடைவெளிக்குப்பின் என் வாசிப்பு மீண்டும் துளிர்க்கத் துவங்கியது.

'நட்சத்திரங்கள் ஒளிந்து கொள்ளும் கருவறை' என்கிற சிறுகதைத் தொகுப்பின் மூலம் தான் எழுத்தாளர் பவா செல்லத்துரை எனக்கு அறிமுகமானார். இலக்கியம் என்பதே சாமானியர்களின் வாழ்வென்பதுதான் என்கிற உண்மையின் ஒளியே அவரது எழுத்துகள். அவருடைய சில கட்டுரைகளில் அவரது மனைவி ஷைலஜாவைப் பற்றிய சின்னஞ்சிறு குறிப்புகள் ஆங்காங்கே சிதறியிருக்கும். இலக்கியக் கூட்டங்களில் கணவரோடு ஒன்றிணைந்து அனைத்தையும்

ஒருங்கிணைப்பது, சிறந்த பதிப்பாளராகப் பணிபுரிவது, திருநங்கைகளிடம் கனிவுடனும் நட்புடனும் இருப்பது, மாற்று வீடுகள் குறித்த பெரும் பார்வையைப் பரவலாக, பலரின் கவனத்திற்குக் கொண்டு சென்றது இவையெல்லாம்தான் ஷைலஜாவைப் பற்றிய என் ஆதி காலத்து மனச்சித்திரங்கள்.

தினமும் நூறு கிலோமீட்டர் பஸ்ஸில் பயணம் செய்து பணி செய்ய வேண்டிய சூழல் எனக்கு வாய்த்திருந்தது. அப்படியொரு பயணத்தின்போது, வாசிக்க வேண்டும் என உருவியெடுத்ததுதான் 'சிதம்பர நினைவுகள்' என்னுமொரு ஷைலஜாவின் அற்புதச் சித்திரம். கேரளத்தின் சொத்து எனக் கொண்டாடப்படும் பாலச்சந்திரன் சுள்ளிக்காடு என்கிற மலையாள எழுத்தாளுமையின் வாழ்வனுபவங்களின் தொகுப்பு அந்தப் புத்தகம். இந்தப் புத்தகத்திற்காக ஷைலஜா எடுத்துக் கொண்ட முயற்சிகள் பிரமிக்க வைத்தன. மொழிபெயர்ப்பு என்ற சுவடே இல்லாமல் நேர்த்தியான மொழியில் எழுதப்பட்ட அந்தத் தமிழ்ப் புத்தகம் என்னைப் புரட்டிப் போட்ட ஒரு புத்தகம்.

சத்தியத்தின் ஒளியில் நின்று எழுதப்பட்ட அப்புத்தகம் - அல்ல, வாழ்க்கைச் சரித்திரம் - இன்றளவும் மனம் கலங்கும் போதெல்லாம் நான் புரட்டிப் பார்க்கும் உண்மைப்பதிவுகள். ஆன்மாவை அசைத்துப் பார்க்கும் எழுத்தின் வழியாகத்தான் நான் ஷைலஜாவைத் தேடிக் கண்டடைந்ததேன். ஆறு வருடங்களுக்கு மேலாக பல பேட்டிகளில், கட்டுரைகளில், புத்தகங்களில் ஷைலஜாவை பின் தொடர்ந்த வாசகி நான்.

எழுத்தாளர் என்பவர்கள் மாயக்காரர்கள், தங்களின் எல்லையைத் தாண்டி, சாமானியர்களைச் சந்திக்காதவர்கள், வாசகர் என்கிற எல்லையிலேயே மனிதர்களை நிறுத்துபவர்கள் என்றுதான் நான் நம்பியிருந்தேன். அதைக் கண்கூடாகவும் கண்டிருக்கிறேன். இப்போது கூட ஷைலஜாவைத் தவிர வேறு எந்த எழுத்தாளரையும் நோக்கி என் வாசக எல்லையை நான் விரிவாக்கிக் கொண்டதே இல்லை. ஆறு வருடத் தொடர் அவதானிப்புக்குப் பின்னர் ஒரு செப்டம்பர் 21ம் தேதி, ஷைலு என்னிடம் பேசினார்கள்... நட்பின் தேவதை ஒன்று கண் திறந்து அன்று என்னை வாழ்த்தி விட்டுப் போனது. 'நாளை மற்றுமொரு நாளே' என்பது பொய்யாகிப்போனது. ஆறு வருடங்களாய் அணைகட்டித் தேக்கி வைத்திருந்த பிரியம் அனைத்தும் அன்று கண்களில் கண்ணீராகத்தான் மடைதிறந்தது எனக்கு. தொழில்நுட்ப வசதிகள் இத்தனை பெருகியிருக்கிற இந்தக் காலகட்டத்தில், எப்போதோ பேசியிருக்கலாமே எனத் தோன்றலாம் தான்! என்ன செய்வது? நூற்றுக்கணக்கான மைல் பயணித்து, சுந்தர ராமசாமியைப் பார்க்கப் போய், அவரைப் பார்த்து ஒற்றை வார்த்தைகூடப் பேசாமல், அமைதியாகத் திரும்பி வந்த எளிய வாசக மனநிலையில்தான் இருக்கிறேன் நான்!

உலகின் மிக முக்கிய ஆளுமைகள் அலங்கரிக்கும் முற்றம் பவா அண்ணா - ஷைலஜாவினுடையது! திருவண்ணாமலையில் அவர்கள் வாழும் வீட்டின் பெருங்கதவுகள் எந்தச் சாமானியனுக்கும் எந்த நேரத்திலும் அடைக்காதவை என்பதே எனக்குப் பேரதிசயமாய் இருந்தது; இன்னமும் இருக்கிறது, மனிதனின் ஆதிப் பிணியாகிய பசியைப் போக்கும் அருமருந்து

உணவு. தெரிந்தவர், தெரியாதவர், பிடித்தவர், பிடிக்காதவர் என்கிற பேதம் எதுவுமின்றி, வீடு தேடி வரும் ஆயிரமாயிரம் இதயங்களைப் போஷிக்கிறவர் ஷைலஜா. சாமானியர்களுக்காய் எப்போதும் மலரும் ஷைலஜாவின் பேரன்புதான் என்னையும் அவரிடத்தில் கொண்டு சேர்த்திருக்கிறது எனத் திடமாய் நம்புகிறேன். உலகம் கொண்டாடும் பலப்பல ஆளுமைகளுக்கு, அன்பு மகளாகவும், அக்காவாகவும், அண்ணியாகவும், அம்மாவாகவும், தோழராகவும் இருக்கும் வரம் ஷைலஜாவின் தனிப் பெரும் குணநலனால் கைவரப் பெற்றது.

ஷைலுவின் கரங்களில் அடுக்கியிருக்கும் வளையல்களின் நேர்த்திக்காக, எளிய பருத்திப் புடவையில் பூத்திருக்கும் அவருடைய புன்னகைக்காக, அளவறியாது அன்னமிட்டுப் பசியாறும் அன்பு இதயத்திற்காக, ஆறுதல் அளிக்கும் அன்பு மொழிக்காக, வெற்றி பெற்ற பதிப்பாளராக இருப்பதற்காக, பெண்ணின் அக உணர்வைத் தேடும் ஒரு எழுத்துக்குச் சொந்தக்காரராக இருப்பதற்காக, ஆயிரமாயிரம் பேர் ஷைலஜாவை நேசித்தாலும், அனுதினமும் இலட்சம் பேர் சுற்றி வந்தாலும் எந்தக் கர்வமும் இன்றி வியாபித்திருக்கும் திருவண்ணாமலை மலையைப் போல, ஒரு குறுஞ்சிரிப்பில் தனக்கான பெருமைகள் அனைத்தையும் சட்டென்று கடந்து போய்விடும் எளிய மன அமைப்புதான் ஷைலுவின் பெரும்பலம்.

அகங்காரத்தின் உச்சியையும், அன்பின் வறுமையையும், புகழின் எல்லையையும் தன் நுண் உணர்வுகளால் அவதானிக்க முடிகிற ஷைலஜா எனக்குக் கற்றுத் தந்ததெல்லாம்,

பெண்ணியத்தை, பேரன்பின் வெளிப்பாடாக, பிரியத்தின் இலட்சியவாதமாய் முன்வைக்க முடிகிற ஒரு பெண்ணின் வாழ்க்கையைத்தான். துயரங்களும், தனிமையும் நிரம்பிய என் வாழ்வின் பக்கங்களைத் தன் எழுத்தெனும் அறம் மூலம் தேற்றிக் கூட்டி வந்தவர். என் பெண் மனத் தேடல்கள் அனைத்தையும் நிறைவாக்கி, அற்புத தேவகணங்களைப் பரிசளிப்பவர். வாழ்க்கை எனக்குத் தர மறுத்த பிரியங்கள் அனைத்தையும் ஷைலஜாவிடமிருந்து வாங்கி வாங்கி வாழ்ந்து கொண்டிருக்கிறேன். ஷைலுவின் இந்த அன்பு, எனக்கானது மட்டுமல்ல, எல்லாப் பெண்களுக்குமானது என்பதுதான் நிஜமான நிஜம். கருத்தியல்ரீதியாக, சமூக அக்கறைக்கான முன்னெடுப்புகளில் மிளிரும் இலட்சியவாதத்தினால் ஒரு நட்பு கட்டப்பட்டு மேலெழுமானால் அதற்கு என்றும் அழிவில்லை என்பதே நான் நம்புவதும், கண்கூடாகக் காண்வதும்!

ஷைலஜா 15 வருடங்கள் கல்லூரியில் பேராசிரியராகப் பணிபுரிந்தவர். பதிப்பகம் ஆரம்பித்து இரண்டையும் சரிவரச் செய்ய முடியாமல் போனதாலும், பதிப்புப் பணியின் தேவை அதிகமானதாலும் ஆசிரியர் பணியைத் துறந்து முழு நேர இலக்கியவாதியாக, பதிப்பாசிரியராக மாறியவர்.

முப்பது வருடங்களாக நான் ஆசிரியராகப் பணி புரிந்து கொண்டிருக்கிறேன். வாசிப்பின் பொருளை என் ஆத்ம சுத்தியோடு உணர்ந்து, உள்ளார்ந்து பயணித்து, என்னை மேம்படுத்திக் கொள்ளவே நான் வாசிக்கிறேன். யோசித்துப் பார்த்தால், ஷைலஜாவிற்குள் மிச்சமிருக்கும் ஆசிரியரின் முகமாய் நானும், எனக்குள் தேங்கிருக்கும் எழுத்தின்பாற்பட்ட

பிரியத்தின் முகமாய் ஷைலஜாவும் நாணயத்தின் இரு பக்கங்களென இருக்கிறோம் எனப் புரிகிறது. அவரின் பேரன்பை நல்லதொரு அன்பின் நற்கடத்தியாக மட்டுமே நின்று தூய, மாசற்ற அன்பிற்குப் பரிதவிக்கும் என் பள்ளிக் குழந்தைகளின் மனவாசல் கொண்டு சேர்க்கிறேன்.

எங்களுடைய இந்தப் பத்து வருட கால நட்பில் நாங்களிருவரும் எவரைப் பற்றியும் புறம் பேசியதில்லை. எவரையும் இழிவாகக் கருதியதில்லை. எந்த எழுத்தையும் இகழ்ந்ததில்லை. புடவை, நகை, பணம், சமையல் என்கிற அன்றாட சராசரிகளைத் தாண்டித்தான் எப்போதும் பேசியிருக்கிறோம். எவரைப் பற்றியும் கீழ்மை பேசியதில்லை. ஆண்களுக்கான நட்பைப் பெரிதும் சிலாகிக்கும் இந்தச் சமூகம், ஏனோ பெண்களின் நட்பைப் பொருட்படுத்துவதில்லை. எவருடைய கவனத்தைக் கோருவதற்காகவும் நான் இதைச் சொல்லவில்லை. ஆனாலும் பெண்கள் வெகு பிரயாசைப்பட்டுத்தான் தங்களின் நட்பைப் பொத்தி வைத்துக் கொள்ள வேண்டி இருக்கிறது.

எங்களின் தொடர்ந்த பல பேச்சுகளில், ஒரு கவிதையின் உக்கிரமோ, ஒரு சிறுகதையின் நுட்பமோ, ஒரு கட்டுரையின் மொழியாக்கமோ எப்போதும் இடம் பெற்றிருக்கும். தான் காணும் இலட்சியவாதங்களை என்னிடம் சேர்க்கிறார் ஷைலு, நான் எனக்கான மனிதர்களிடத்தில் அவற்றைக் கொண்டு சேர்க்கிறேன். இயற்கை நமக்காக உருவாக்கிக் கையளித்திருக்கும் பேரன்பின் சங்கிலியில் நாங்கள் இருவரும் அடுத்தடுத்து இருக்கும் சிறு கண்ணிகள், அவ்வளவே!

ஒரு பேச்சினூடாக ஷைலஜா கூறிய ஒரு கவிதை இன்னமும் என் மனதில் சலசலத்து ஓடிக் கொண்டிருக்கிறது.

''எளிமையானது என் அன்பு, நடு ஆற்றில் ஓடும் நீரைப் போல''...

உண்மை! கசடுகளும், குப்பைகளும் நிறைந்திருக்கும் கரைகள் எப்படி வேண்டுமானாலும் இருந்து விட்டுப் போகட்டும், நடு ஆற்றில் ஓடும் நீரைப் போல தூய்மையானது எங்களிருவரின் அன்பும் நட்பும் என நினைத்துக் கொள்கிறேன்.

ஷைலுவின் நட்பு என் வாழ்வை இன்னுமின்னும் இளமையாக்கியிருக்கிறது. 'தோழமை உறவுக்கு ஈடேதம்மா! நீ சொல்லும் மொழி நானே கேட்பேனம்மா! உனக்கென நானும், எனக்கென நீயும் உலகினில் வாழ்வோம் எந்நாளுமே!' என்ற பாடலில் கைகோர்த்துக் கொண்டு ஆற்றங்கரையில் ஆடிக்களிக்கும் இரு சிறுமிகளின் மனநிலையில் என்னை வைத்திருக்கிறது. திரும்பப் பெற்றாக வேண்டிய விழைவு இல்லாமல், மனிதர்கள் மீது நிபந்தனையற்ற அன்பைத் தர இந்த நட்பு கற்றுத் தந்திருக்கிறது.

இந்த வாழ்வை ஒரு பார்வையாளராக, வெற்று மனத்தோடு கவனிப்பதைத் தவிர, நம் பங்கென அதில் வேறெதுவும் இல்லை என்பதை எங்கள் நட்பு எங்களுக்கு அழுத்தம் திருத்தமாகக் கற்றுக் கொடுத்திருக்கிறது. வேறென்ன! சொல்லித் தீர்வதில்லை வாழ்வின் பேரன்பு, வாழ்ந்துதான் தீர்க்க வேண்டும். ஷைலஜா... இவள் என் சிநேகிதி... காலாதீதம் எனக்கு அருளிய ஒரு சிநேகிதி!....

இங்கு உள்ள கட்டுரைகள் அனைத்தும் வெவ்வேறு தருணங்களில் வெவ்வேறு மனநிலைகளில் ஷைலுக்கு எழுதிய கடிதங்கள், என் நினைவுகளுக்கு, ரசனைகளுக்கு, மனக் கொந்தளிப்புக்கு ஆறுதலுக்கு வடிவம் கொடுக்க முயன்ற செயல். வாசிப்பின் மின்மினிப்பூச்சிகள் தரும் வெளிச்சம் எனக்குள் அளித்த மன எழுச்சியின் விரிவே இந்த எழுத்து.

நான் எழுத வேண்டும் என மனதார விரும்பியவர் ஷைலஜா. பல நேரங்களில் நான் ஷைலஜாவுக்கு எழுதிய கடிதங்களை, என் பகிர்வுகளைப் புத்தகமாக கொண்டு வந்திருக்கிறோம். நான் பார்த்த மனிதர்கள், என் வாழ்வு அனுபவங்கள், என் பிள்ளைகள், இவற்றின் தொகுப்பே இந்தக் கட்டுரைகளும்; கடிதங்களும். அதாவது கட்டுரை வடிவிலிருக்கும் கடிதங்கள் எங்கள் நட்பு எல்லோருக்குமானது போலவே, இந்தக் கடிதங்களும் எல்லோருக்குமானவை.

பிரியங்களுடன்

முத்தரசி

அன்பிற்கும் உண்டோ அடைக்கும் தாழ்

அன்பின் முத்தரசி,

வணக்கம். உங்கள் புத்தகத்துக்கு முன்னுரை அளிக்க முடியுமா என்று நீங்கள் கேட்டபோது, நான் அடைந்த மகிழ்ச்சிக்கு அளவில்லை. அன்பு கொண்ட இரண்டு இதயங்கள் செலுத்தும் நேசத்தை, மற்றொரு அன்பு இதயமே அறியும். நட்பும் நட்பின் நிமித்தமுமான ஒரு நூலுக்கு நான் எழுதுவதை விடவும் பெருமிதம் வேறென்ன இருக்க முடியும்? புத்தகத்தைப் படிக்கப்படிக்க, ஒத்த மனநிலை உள்ள மூவர் கடற்கரை மணலில், அலையோசைப் பின்னணியில், கைகோத்து நடப்பதுபோலொரு காட்சி தோன்றியது எனக்குள். இந்தப் புத்தகத்துக்கு நான் எழுதுவது, என்னை நான் துலாக்கோலில் அளப்பதுபோல. அங்கங்கே தேங்கி, நெகிழ்ந்து, உருகிக் கண் கலங்கினேன். உங்கள் வகுப்பறைக்குள் நானும் இருந்தேன்; சூர்யா, கனிஷ்கா, சசி, ஸ்ரீஜா, மல்லிகார்ஜுனன், செல்வி, ரீத்தா, ஜெய்சங்கர் எல்லோரும் என்னுடன் அமர்ந்திருந்தனர். தோழிக்குக் கடிதம் எழுதுதல்; அதுவும் தன்னுள் உற்று நோக்குதல் சார்ந்து; சமூக அக்கறையுடன் கூடிய, ஆழ்ந்த அன்பை வெளிப்படுத்தல் எனும் இவ்வடிவ அணுகுமுறை என்னைக் கவர்ந்தது.

மாணவர்களைப் பற்றிய உங்கள் கடிதங்களும் கட்டுரைகளும் என்னைப் பல ஆண்டுகள் பின்னால் அழைத்துச் சென்றன. மலைப்புறத்து மாணவர்களால் நீங்கள் பண்பட்ட கதையைப் படித்து நெகிழ்ந்தேன். நல்ல ஆசிரியரை மாணவர்களே உருவாக்குகின்றனர் என்பதே என் சித்தமும். ஞாயிற்றுக்கிழமைகளில் மாணவர் வீட்டுக்குச் சென்று பாடம் நடத்தும் ஆசிரியர் 'இப்படியும் ஆசிரியர் இருக்கிறாரா?' என்று என்னை மலைக்க வைக்கிறார். பள்ளியோடு நம் பணி முடிந்தது என்று எண்ணாமல், அவர்களைக் கல்லூரியில் சேர்க்கும்வரை அக்கறை காட்டும் பேரன்பை என்னென்பது? அரசுப் பள்ளிகளில் செல்விகளுக்குக் குறைவில்லை. ஆனால் எத்தனை செல்விகளுக்கு முத்தரசி போன்ற ஆசிரியர் கிடைப்பார்?

வாசிப்பின் ருசியறிந்து வாழ்ந்து பின் திருமணம், குழந்தை, வேலை எனும் பெரும் சுழலுக்குள் தன்னை மறந்து தன் நாமம் கெட்டிருந்தவரை மீட்டெடுத்து மீண்டும் வாசிப்புக்குள் செலுத்தியது அவரது ஆசிரியப் பணி. வாசிப்பின் மூலமே பேரன்புச் சங்கிலியில் தன்னருகில் கோக்கப்பட்டிருக்கும் கண்ணியைக் கண்டடைகிறார். 'தோழமை உறவுக்கு ஈடேதம்மா' என்று முத்தரசி எடுத்துக்காட்டும் அழகிய பாடல், ஆற்றங்கரையில் இரு இளம்பெண்கள் ஆடிக் களித்துத் தம் நட்பைப் பறைசாற்றும் பாடல். ஈராயிரம் ஆண்டு நீட்சியில் நான் கம்பனிடம் சென்று சேர்கிறேன், 'தோழமை என்றவர் சொல்லிய சொல் ஒரு சொல்லன்றோ'.

முத்தரசியின் நெடிய வாசிப்பை, அவர் எழுத்தின் மொழியிலிருந்தே உணர முடியும். வாழ்வியல் உண்மைகளை அன்பெனும் சரிகை சுற்றி, நேசத்தால் அலங்கரித்த, உன்னத சங்கீதத்தின் மொழி. இடையிடையில் மணிகளையும் வைரங்களையும் பொதிப்பதுபோல், தேர்ந்த இடங்களில் தன் வாசிப்பைக் கோத்து மாலையாக்கிச் சூடிக் கொடுக்கிறார் சுடர்க்கொடி. பார்க்கையிலேயே, கணத்தில் உருமாறி, கண்டிப்பான ஆசிரியராக, இன்றைய காலச்சூழலை, மாணவர் நிலையை வருத்தத்துடன் பதிவும் செய்கிறார். தன் பணியில் உடன் நிற்கும் வானதி, மாலதி, அரவிந்தன், சுஜித் குமார் ஆகியோரையும் அழகாக நமக்கு அறிமுகப்படுத்தி விடுகிறார்.

தன் வாழ்க்கைப்பாதையில் குறுக்கிடும் ஒவ்வொருவருக்கும் கொடுக்க அவரிடம் பெரும் பொக்கிஷம் இருக்கிறது. அதன் மூலம் பலரின் கண்ணீரைத் துடைத்திருக்கிறார்; கரங்களைப் பற்றிக் கரையேற்றி இருக்கிறார்; அவரின் அன்புமொழியைக் கேட்டால் நம் துன்பநிலை மாறும் என்பது என் அனுபவமும் கூட. ஊர் நடுவே இருக்கும் ஊருணி; தொட்டனைத்தூறும் மணற்கேணி, முத்தரசி.

முத்தம்மா.. ஷைலஜாவிற்கு நீங்கள் எழுதியுள்ள கடிதங்கள், பெண்களின் தோழமையை, செறிவை, ஆத்மார்த்தத்தை உரக்கச் சொல்லும். கட்டுரைகளோ, ஆசிரியத்துவத்தின் பொறுப்புகளை, கடமைகளை, பெருங்கவலையோடு இன்றைய சூழலை,

மாணவர்களிடம் ஏற்பட்டிருக்கும் பொறுப்பற்ற மாற்றங்களை நோய் நாடி, நோய் முதலும் நாடியிருக்கிறீர்கள். தொடர்ந்து எழுதுங்கள்.. இவ்விரு புள்ளிகளைப் போல் நீங்கள் இருவரும் என்றென்றும் பிணைந்திருங்கள். அத்துடன் மேலும்பல புள்ளிகள் இணையட்டும்.

நேசத்துடன்,

பரமேசுவரி.

கடிதங்களும் கட்டுரைகளுமாய் நிபந்தனையற்றதொரு பேரன்பு...

ஆறு வருடங்களாக என்னைப் பின் தொடர்ந்து வரும் கண்களின் ஒளியை நான் தரிசிக்கவில்லை. என்னை நேசித்த மனதை நான் அறிந்திருக்கவில்லை. எனக்கு வாசனைகளை தந்த மலருக்கு என்னிடமிருந்து ஆழ்ந்த மூச்சொன்றை பரிசளிக்கவில்லை. இந்த பிரபஞ்ச வெளியில் பறவையின் சிறகிலிருந்து உதிர்ந்த இறகாய் நான் தனியே அலைந்திருக்கிறேன்.

முத்தரசி என்கிற அன்பின் பேரரசி என்னை வந்தடைந்ததே ஒரு இழப்பின் வலியில்தான். நா.முத்துக்குமார் எனும் கவிஞன், பாடலாசிரியன், என் தம்பி இறந்து போனபோது அதன் வலி தாளாமல் நான் எழுதிய என் மனப்பதறல், இனியும் ஷைலுவிடம் பேசாமல் இருக்கக் கூடாதென்ற தன் இத்தனை நாட்களின் தவத்தை கலைத்துப் போட்டிருக்கிறது.

சிதம்பர நினைவுகள் படித்துவிட்டு என் எழுத்துக்களின் மேலும் அது மெல்ல படர்ந்து என் மீதுமான பிரியமாய் மாறி இவ்வளவு நாட்கள் பேசாமல் இருந்தது ஒரு நாள் இடி மின்னலெனக் கொட்டித் தீர்த்தது. அதை அரசி தன் முகநூலில் பதிவு செய்ததைத் தான் அவரின் எழுத்தாய் முதலில் படித்தேன். பிறகு எப்போதாவது எழுதும் கட்டுரைகளை படிக்க படிக்க அவர்களை எழுத வைக்க வேண்டுமென்று தோன்றிக் கொண்டேயிருந்தது. எழுத வேண்டிய வார்த்தைகள் அரசிக்குள்ளும் அடைகாத்திருந்த காலங்கள் அவை. என்ன

எழுதுவதென்று என்பதை விட எப்படி எழுதுவதென்ற தயக்கம் ஒரு மழைக்கால கருமேகமென சூழ்ந்திருந்த நாட்கள். ஒரு தொலைபேசி பேச்சின் முடிவில், 'அரசி எனக்கு கடிதமாக எழுதுங்களேன், எதையெல்லாம் சொல்ல தோணுதோ அதையெல்லாம் எழுதுங்க' என்று சொன்னது கருமுட்டையாய் ஒதுங்கி அப்படியே கருவறையில் அடைகாக்க ஆரம்பித்தது. அதன் முழு ஆக்கம்தான் பச்சையும் சிவப்புமாய் ஒரு பாதாம் மரம்.

பல நேரங்களில் கடிதங்களாகவும் பல நேரங்களில் கட்டுரைகளாகவும் அது தன்னைத் தானே வடிவமைத்துக் கொண்டது.

அரசி எழுத நான் பதிப்பிப்பதா?, தனக்கு எழுதிக் கொள்வது போல அரசி எழுதும் கடிதங்கள் பொது வெளியில் பகிரக் கூடியதா? என்ற கேள்விக்கெல்லாம் அந்த கடிதங்களின் கட்டுரைகளின் பொதுமையான சாரமே பதில். ஒரு பதிப்பாசிரியராய் தள்ளி நின்று பார்க்கும்போது இந்த நட்பின் மீது மிகுந்த மரியாதையும் நேர்மையும் உருவாகிறது. அது தரும் எழுத்தை சமூக வெளியில் பொதுவானதாக வைக்க முடிகிறது.

வாழ்வின் அரை நூற்றாண்டு கடந்த எங்கள் நட்பு பலரை என்னென்னவோ செய்கிறது. ஆனாலும் எதற்கும் வளைந்து கொடுக்காத நாணல் மாதிரி காற்றுக்கும் மழைக்கும் இடி மின்னலுக்கும் எங்கள் நேசம் தாங்கி நிற்கிறது. ஏனெனில் அது நிபந்தனையற்றது. பேரன்பு மட்டுமே கொண்டது. வேறெந்த தேவையில்லாத அலங்காரங்களுக்கும் உட்படாதது.

அரசி எழுதும் கட்டுரைகளும் கடிதங்களும் மொத்த சமூகத்திற்கானவை என்றாலும் உள்ளூர எல்லாவற்றையும்

கோர்க்கும் சரடென்னவோ அவரின் மாணவர்கள்தான். அரசுப் பள்ளி மாணவர்கள் மீது அதீத கரிசனமும் அவர்களின் திறமை மீதான பெரிய நம்பிக்கையும் அரசியைத் தன் வாழ்நாள் முழுக்க இட்டுச் செல்கிறது.

'மாணவர்களே
பாடமாகிறார்கள் சில போது.
பக்கத்திலிருப்பவன் மேல்
வெறுப்பு மேலிட்டால்
வேரறுத்துக் கொள்வதில்லை.
காய் விட்டுக் கொள்கிறார்கள்
பழம் விடுவதற்கு வசதியாய்,

என்ற பெயர் தெரியாத கவிஞனின் வாழ்நாள் அவதானிப்பிற்காகத் தன்னை ஒப்புக் கொடுத்து வாழும் அரசி போன்ற ஆசிரியர்கள் வெறும் ஆசிரியர்களல்ல. இந்த சமூகத்தைத் தன் பிய்ந்து போன கைப்பையிலும் நைந்து போன பேருந்து சீட்டுகளிலும் உண்பதற்குள் லேசாய் கெட்டுப் போன உணவிற்குள்ளும் பத்திரப்படுத்தி பல மைல் தூரங்கள் பயணம் செய்து அவர்களை அடைபவர்கள். தன் பிள்ளைகள் என்ற வார்த்தை ஒருபோதும் தன் குடும்பத்திற்கானதல்ல என்பதை உணர்ந்தவர்கள். அவர்களின் மன ஆழத்திலிருந்து வரும் சொற்கள் வெறும் சொற்களல்ல. அது இந்த சமூகத்தை மாற்றும் சாசனம்.

எளிமையான அன்போடு,

ஷைலஜா

உள்ளே...

1.ஒரு ஆண்டென்பது ஜூனில் துவங்குகிறது 17

2. கண்கள் அறியா வேர்கள்.. 32

3. பெயரற்ற ஒரு துயரம் 42

4. சூரியத் துண்டுகள் 56

5. நதிமேல் பொழியும் மழை 73

6. பூக்கள் தந்த சிறகுகள் 93

7. அரூபத்தின் நிழல் 124

8. திசையறியாப் பயணம் 124

9. பிரியமெனும் குறுவாள் 138

10. சொற்களின் காவடி 152

11. பெண் 167

12. பச்சையும் சிவப்புமாய் ஒரு பாதாம் மரம் 182

ஒரு ஆண்டென்பது ஜூனில் துவங்குகிறது

அன்புள்ள ஷைலு, நலமாய் இருப்பீர்கள் என நம்புகிறேன். எப்போதும் அதையே பிரார்த்திக்கிறேன்.

தொடர்ச்சியாக இந்தக் கடிதங்களை உங்களுக்கு எழுதுவதன் மூலம், உயிர் நிரம்பிய என் ஆதிகாலத்தைச் சற்றுத் திரும்பிப் பார்க்க வைத்திருக்கிறீர்கள்! ஒரு ஆசிரியராய் இந்த முப்பது வருட நெடிய ஓட்டத்தில், தன்னைத் தானே மீட்டிக் கொள்ளும் வீணையென, என்னை நான் திரும்பிப் பார்த்த கணங்கள் அநேகம். ஜூன் மாதம் துவங்கும் ஒரு கல்வி ஆண்டில், நல்லதும் கெட்டதும், நெகிழ்ச்சியும் துயரமுமாய் எத்தனையோ நிகழ்வுகள் மனமெனும் திரையில் ஊடும்பாவுமாய் விரியும். அந்த எண்ணங்களை எழுத்துகளில் நெய்யத் துவங்கியபோது காலமெனும் கோட்டில் பின்னோக்கி நகரத் துவங்குகிறது மனம்!

ஒவ்வொரு வருடமும், ஜூன் முதல் தேதிதான் ஜனவரி ஒன்றாம் தேதியைவிடக் கொண்டாட்ட மனநிலையைத் தரும் மாதமாக இருக்கிறது. புளியம்பழம் பொறுக்கித் தின்று, வேம்பின் வாசனை நுகர்ந்து, திருவிழாக்களில் தொலைந்து,

உறவுகளின் அன்பில் நனைந்து, வெயிலில் காய்ந்து, கண்ணைக் கரிக்க வைக்கும் நினைவுகள் சுமந்து, கோடை முடித்து பள்ளிக்குத் திரும்பும் பால்யத்தின் நாட்கள் சுமந்தவை இந்த ஜூன் மாதங்கள். புதுப்பேனா, புதுப் பை எனப் பார்த்து வாங்கி, கஞ்சி போட்ட புடவை அணிந்து பள்ளி வாசனைக்குள் திரும்ப நுழையும்போது மனம் உற்சாகமாய், கம்பீரமாய் உணரும். சிறகைச் சிலுப்பிச் சிலுப்பி, தேங்கியிருக்கும் நீரை விசிறியடிக்கும் பறவையைப் போல, கடந்து சென்ற வருடத்தின் நல்லது கெட்டதுகளை உதிர்த்தபின், மனம் இலகுவாகி மிதக்கத் துவங்குவது இந்த ஜூன் மாதங்களில்தான்!

பள்ளி வளாகத்திற்குள் நுழைந்தவுடன் கண்ணில் படுவோர்க்கு எல்லாம் புன்னகையை, சிரிப்பை, வணக்கத்தை அருளிக் கடந்து போகும் குழந்தைகள் அனைவரும் பிள்ளைச் சிறுதெய்வமெனத் தோன்றும். அப்போதுதான் பூத்திருக்கும் புத்தம்புதுப் பூக்களைப்போல, உற்சாகமாய் அங்கும் இங்கும் ஓடிக்கொண்டிருக்கும் குழந்தைகள்தான் வாடிய பொழுதுகளைத் துளிர்க்க வைக்கும் மழைத்துளிகள்.

ஒரு ஜூன் மாதத்தின் பிற்பகுதியில்தான், ஆறாம் வகுப்பு கனிஷ்காவை அறிந்தேன். எந்தப் போட்டியானாலும், முதலில் அவள்தான் பெயர் தருவாள். தனக்கு தெரியுமா, தெரியாதா, தன்னால் முடியுமா, முடியாதா என்பதெல்லாம் பிறகுதான். சொல்லித்தரும் மாற்றங்களை, நுணுக்கங்களை அப்படியே பிடித்துக் கொள்ளும் கற்பூர புத்தி. கட்டுரை, பேச்சு, ஓவியம், நடனம் என எல்லாவற்றையும் அழகாய்ச் செய்யும் குழந்தை, சில குழந்தைகள் கருவிலேயே திருவாக மலர்வது இயற்கையின்

கொடை போலும்! வண்ணதாசன் எழுதுவார், 'மல்லிகைப் பூ என்றால் தினசரி பார்க்கலாம், மனோரஞ்சிதம் அப்படி இல்லை, அதிசயம்தான்!' என்று, உண்மைதானே! ஒரு சிரிப்பு நிறைந்த குட்மார்னிங் மூலமோ, மழைத்துளி எஞ்சியிருக்கும் ரோஜாப்பூ மூலமோ, வெட்கம் நிறைந்திருக்கும் மௌனச் சிரிப்புனூடோ எப்போதும் என்னுடன் இழைந்து கொண்டேயிருக்கும் ஒரு செல்லக்குட்டி! நாம் தேடுபவர்களைவிட, நம்மைத் தேடுபவர்கள் இன்னும் அழகானவர்கள் இல்லையா?

இன்றைய இந்தியாவின் மிக முக்கிய விஞ்ஞானி, சந்திராயன் திட்ட இயக்குநர். மயில்சாமி அண்ணாத்துரையைப் பற்றிய ஒரு கட்டுரைப் போட்டி வந்தது.

பச்சைவயல்கள் சூழ்ந்திருக்கும் ஒரு சின்னஞ்சிறு கிராமத்தில் ஒரு பௌர்ணமி தினத்தில், சுழித்தோடும் ஆற்றின் கரையில் அமர்ந்து, தண்ணென்று ஒளி பொழிந்தபடி இருக்கும் நிலவைப் பற்றி அறிவியல் ஆசிரியர் கதையாய்ச் சொன்னதையும், இரண்டாம் வகுப்புக் குழந்தையாக இருந்த மயில்சாமி அண்ணாத்துரை, அக்கதையைப் பெரும் வியப்புடன் கவனித்துக் கொண்டிருந்ததையும், மறுநாளே அந்நிலவு போன்றதொரு மாதிரியைச் செய்து, அதன் மேற்பகுதியில் மேடும் பள்ளமும் அமைத்து, அதில் அழகாய்ச் சிறியதொரு இந்தியக் கொடியை நட்டு எடுத்துப் போனதையும், ஆசிரியர் அசந்துபோய், மயில்சாமியைப் பாராட்டிக் கொண்டாடியதையும், பின்னர் வளர்ந்து, நன்கு படித்து, விஞ்ஞானியாக மாறி, நிலவின் மீதுள்ள காதலை, கவிதை எழுதித் தீர்க்காமல் சந்திராயனை உருவாக்கி, உலகளவில் இந்தியாவின் பெருமையை உணரச் செய்ததையும்,

நிஜமாகவே நிலவில் இந்தியக் கொடியைப் பறக்க விட்டதையும் கதையாய் நான் சொல்லச் சொல்ல, இமைக்க மறந்து கதை கேட்டுக் கொண்டிருப்பாள் கனிஷ்கா. கதையைச் சொல்லி முடித்த மறுநாளே தனக்குத் தெரிந்த வகையில் மயில்சாமியைப் பற்றி ஒரு கட்டுரையை எழுதி எடுத்து வந்தாள். சிறிது சேர்த்து, சிறிது நீக்கி அழகாக்கிய பின்னர் வாசிக்கச் சொல்லிக் கேட்டால், அத்தனை அழகாய் இருந்தது அக்கட்டுரை! முதல் பரிசும் பெற்றது.

ப்ளஸ் டூ ஆசிரியரான எனக்கும், ஆறாவது படிக்கும் குழந்தைக்குமிடையே 'நிபந்தனையற்ற சிறு நேசம்' என்கிற ஒன்றைத் தவிர எங்களுக்குள் வேறென்ன காரணம் பெரிதாக இருந்துவிட முடியும்?

பொதுவாகவே மேல் வகுப்பு எடுக்கும் ஆசிரியர்கள் கீழ் வகுப்புகளுக்குப் போவதை அதிகம் விரும்புவதில்லை. அதற்கு ஒவ்வொருவரும் ஒவ்வொரு வசதியான காரணங்கள் வைத்திருப்பார்கள். வாழ்வின் படிநிலையில், கீழே இறங்க இறங்கத்தான் நட்பும், அன்பும், பிரியமும், நிபந்தனையின்றிக் கிடைக்கும், பள்ளிகளிலும் இதேதான்! இது ஒரு பெரிய உளவியலாகத் தோன்றும் எனக்கு. நான் ப்ளஸ் டூ டீச்சர், நான் எதற்கு ஆறாவது படிக்கும் பிள்ளைக்குச் சொல்லித் தர வேண்டும் என்கிற அதிகாரத்தின் முகமூடியைக் கழற்றுவதுதான் ஒரு ஆசிரியரின் முதல் பணி.

ஆசிரியர் என வந்துவிட்டால் கீழ் வகுப்பென்ன, மேல் வகுப்பென்ன, அத்தனையும் குழந்தைகள்தான், அத்தனையும் அருமைதான்... இல்லையா? ஒரு பள்ளியில் இருக்கும் அத்தனை

குழந்தைகளும் படிக்க ஆசைப்படும் ஆசிரியரே நல்ல ஆசிரியரின் ஒரு முக்கிய அளவீடு என்பார் என் நண்பரொருவர்.

சில வகுப்புக் குழந்தைகள் இழுத்து அணைத்துக் கொள்ளத் தூண்டும்... விரல் பற்றி நடக்கக் கோருபவை சில குழந்தைகள்... கண்டிப்பும் மெல்லிய அன்பும் கோருபவை சில குழந்தைகள்... அருகமர்ந்து தோள் அணைத்துச் சொல்லித் தரச் சொல்பவை சில குழந்தைகள்... அந்தந்த வயதின் தேவையை அறிந்து அதன்படி அவர்களை வழிநடத்துபவரே மிகச் சிறந்த ஆசிரியர்! எந்தக் கோவிலுக்குச் சென்றாலும் எல்லாத் தெய்வமும் ஒன்றுதான், எந்த வீட்டிற்குச் சென்றாலும் எல்லாத் தாயும் ஒன்றுதான் என்பது போல, எந்த வகுப்பிற்குச் சொன்றாலும் எல்லாம் நம் குழந்தைகள்தான் என உணர்கிற பரந்து பட்ட மனப்பான்மை ஒரு ஆசிரியருக்கு மிகமிக அவசியம் இல்லையா?

ஒவ்வொரு வகுப்பாய் மேலேறிச் செல்லும் குழந்தைகளிடம் இனம் காண முடியாத கோபமும், வெறுப்பும், சிறு வகுப்பு ஆசிரியர்களிடம் நிலவுவதைக் கண்கூடாகக் காண்கிறேன்.

நாம் திருப்பித்தரவே முடியாத ஆயிரமாயிரம் அன்புக் கதைகள், நம் குழந்தைகளிடம்தான், அவர்கள் எந்த வகுப்பானாலும், கொட்டிக் கிடக்கிறது. நாம் தொலைத்த வாழ்வின் வசந்தங்களை, புன்னகையை, எஞ்சியிருக்கும் பிரியங்களை அவர்கள்தான் நமக்குத் திருப்பித் தருகிறார்கள், பெற்றோராய் இருந்தாலும் சரி ஆசிரியராய் இருந்தாலும் சரி நாம் புரிந்து கொள்ள வேண்டிய மிக முக்கியமான உண்மை - வாழ்வில் நினைத்து நினைத்துத் தீராத கணங்களைப் பரிசளிப்பவர்கள் நம் குழந்தைகளே! உள்ளங்கை அள்ளிய

நதிநீர் போல அவர்களுக்கும் நமக்குமான உறவு எப்போது வேண்டுமானாலும் வழிந்து ஓடிவிடக் கூடும்! அவர்களைக் கொண்டாடுவதைத் தவிர வேறென்ன பெரிதாய்ச் செய்துவிட முடியும் நம்மால்? அனலடிக்கும் கடும் கோடையை மீறிப் பூத்துச் சிரிக்கும் பலாசு மலர்களைப் போல், தன் துயரங்களை மீறிச் சிரிக்கும் என் குழந்தைகள்தான் என் மகாசக்தி!

மழை பொழிந்து சற்று ஓய்ந்திருக்கும் ஒரு காலையில்தான் சூர்யாவை முதலில் உற்றுக் கவனித்தேன்! வங்கிக் கணக்கு துவங்குவது பற்றிய நிறைய கவலையோடு தன் பாட்டியுடன் பள்ளிக்கூட அலுவலக வாசலில் காத்திருந்தாள். ''அப்பா வரணுமேம்மா!'' என்றேன். ''அப்பா ஊர்ல இருக்கார், வர முடியாதே'' என்று தவிப்பாய்ப் பார்த்தாள்...சட்டென்று கடந்து போக இருந்த என்னை ஏதோ ஒன்று தடுத்து நிறுத்தியது! 'ஏன்' என்ற என்னுடைய கேள்விக்கு அவள் தயங்கித் தயங்கி சொன்ன கதையின் துயரம் காலமெல்லாம் மறக்க முடியாதது.

குடியும் கொண்டாட்டமுமான இலக்கற்ற வாழ்வின் விளைவாய் சூர்யாவின் அப்பாவிற்கு எய்ட்ஸ் வந்தது. நோய்வாய்ப்பட்ட அவரை கவனித்துக்கொண்ட அவள் அம்மாவிற்கும் அதே நோய். அப்பாவினால் அம்மா அனுபவிக்கும் சித்ரவதையைத் தினம்தினம் பார்த்து, வாழ்வின் மீது எந்தப் பிடிப்புமின்றிப் போனாள் சூர்யா. பதினொன்றாம் வகுப்பில்தான் எங்கள் பள்ளிக்கு என் வகுப்பிற்கு வந்தாள். தங்கியிருந்த சித்தி வீட்டில் கிடைத்ததெல்லாம் பசியும், அவமானமும் மட்டுமே! விழாக்களில், நோய்மையில், பெற்றோர் ஆசிரியர் கூட்டத்தில் என எப்போதும் தனித்து

விடப்பட்டு வார்த்தைகளின்றி இருந்தாள். ''ஏன் உங்க அப்பா அம்மா எதுக்குமே வரமாட்டேங்கறாங்க?'' என்கிற எவருடைய கேள்விகளுக்கும் அவளிடம் பதில் இல்லை. பிராக்ரஸ் ரிப்போர்ட்டில் கையெழுத்து வாங்கி வரவில்லை என்ற காரணத்திற்காக அவமானத்தின் உச்சியில் மனதுடைந்து அழுத தருணத்தில், பெற்றோர் கையெழுத்து என்கிற இடத்தில் நான் கையெழுத்திட்டு அணைத்துக் கொண்டேன்! வார்த்தைகளின்றி நடுங்கும் விரல்களால் என் கைகளைப் பற்றிக் கொணடாள். ஏதோ ஒருநாள் காலை, அப்பா நோய் முற்றி இறந்து போனதைச் செய்தியாகச் சொல்லிவிட்டு சட்டெனக் கடந்து போனாள். தெளிய வைத்துத் தெளிய வைத்து அடிக்கும் இந்த வாழ்வின் குரூரத்திற்கு முன்பு கையாலாகாதவளாகிப் போய், பனிரெண்டாம் வகுப்பில் தோற்றுப் போனாள். கனவுகள் அனைத்தும் உதிர்ந்த கண்களோடு தன் நோயாளி அம்மாவிடமே திரும்பிச் சென்று விட்டாள். வறுமை சூழ்ந்த அவள் வாழ்வை மீட்டெடுக்கும் வழிவகை தெரியாமல் தவிக்கும் என் மனதை வேறுவழியின்றி ஊமையாக்கிக் கொண்டேன்! இன்று நினைத்துக் கொண்டாலும் நான் மீளமுடியாத துயரம் இது!

சூர்யாவை நினைக்கும் போதெல்லாம், எங்கோ ஒரு வறண்ட கிராமத்தில், தண்ணீர்க் குடம் சுமந்தபடியோ, ஆடு மேய்த்துக் கொண்டோ, பீடி சுற்றிக்கொண்டோ, எதை நோக்கியோ ஆவேசமாய் ஓடிக் கொண்டிருக்கும் இந்த உலகைக் கண்ணெடுத்தும் பாராமல், தன்னைக் கடக்கும் ஒவ்வொரு இதயத்திடமும் ஏதோ ஒரு அன்பின் சிறு நிழலையோ, பரிவின் வார்த்தையையோ எப்போதும் யாசித்திருக்கும் ஒரு பெண் சித்திரம் மனதில் வந்து போகும்!

சட்டென்று மனதுக்கு என்னவோ ஆகி, வேறு ஏதோ ஒரு காலத்துக்குள் நுழைகிறேன். குளிரும், சாரலும், பனியும், கொண்டாட்டமுமாக மலர்கிற நவம்பர், டிசம்பர் மாதங்களின் ஈரவாசம் எப்போது நினைத்தாலும் குப்பென நெஞ்சை நிறைக்கிறது! இரவெல்லாம் பனியில் நனைந்து, குளிர்ந்து, மறுநாள் காலை முகங்குப்புற விழுந்து கிடக்கும் பவளமல்லி மலர்களின் நறுமணத்தின் சாயலில், ஏதோ ஒரு குழந்தை இந்த வாழ்வை நிரப்பி விடுகிறது. பெருஞ்சிரிப்புப் பூத்த வாழ்த்துகள் குவியும் புத்தாண்டுத் தருணங்களின் நினைவுகளில் உயிர்த்திருக்கிறது இந்த நாட்கள். திருப்புதல் தேர்வுகளையும் செய்முறைத் தேர்வுகளையும் படு வேகமாகக் கடந்து, சட்டென்று ஒருநாள் முழு ஆண்டுத் தேர்வின் முன் போய் நிற்கிறோம், ஒரு வருட ஓட்டத்தை, மூன்று மணி நேரத் தேர்வு தீர்வு செய்யும் கண்ணாமூச்சி ஆட்டத்திடம் பிள்ளைகளை விட்டுவிட்டு, நொடிப்பொழுதில் மறைகிறது அத்தனை பேரின் கனவும்! அதுவரை கைகோத்து நம்முடன் நடந்து வந்த குழந்தைகள், திடுக்கென்று நம் கை உதறி, தேர்வுத் திருவிழாவில் தொலைந்து போய், இந்தப் பிரபஞ்சம் இழுத்துச் செல்லும் மாயப்பாதைகளில் பயணித்து, திரும்ப நம்மிடம் வந்து சேரும்போது, வேறு யாரோ மாதிரி ஆகிப் போவதை வருடந்தோறும் பார்த்துக் கொண்டிருக்கிறேன். தேர்வுகள், அதன் முடிவுகள், அது தரும் பாடங்கள் எனக் கற்றுக்கொள்ளும்முன், அநேகமாய் அடுத்த கல்வியாண்டிற்குள் நுழைந்து விடுகிறோம். மதிப்பெண் பட்டியல் வாங்கிக் கொண்டு நம்மைக் காண அவர்கள் வரும்போது, அவர்கள் இருந்த இடத்தில் முற்றிலும் வேறு மாணவர்கள்

அமர்ந்திருக்கிறார்கள். தன் வாழ்க்கைக்கான அடிப்படைத் தேவைகளுக்காகவும், தன்னுடைய சுயமதிப்பீட்டின் மேம்பாட்டிற்காகவும் தன் உழைப்பை மட்டுமே தோளில் சுமந்து கொண்டிருக்கும் ஆயிரமாயிரம் அரசுப்பள்ளிக் குழந்தைகளின் பிரதிநிதியாக, காலம் மட்டுமே மௌன சாட்சியாய் எஞ்சியிருக்கிறது. அப்படியொரு தேர்வு நாட்களின் போதுதான், அந்தச் செய்தியை செய்தித்தாளில் கண்டேன், ''தாய் உயிரிழந்த நிலையிலும், பொதுத் தேர்வு எழுதிய அரசுப் பள்ளி மாணவன்'' என்ற தலைப்பைத் தாங்கி வந்த செய்தி அது! திகீரென்றது எனக்கு! எந்த மனநிலையில் அந்தக் குழந்தை தேர்வு எழுதியிருக்கும் என நினைத்துக் கொண்டே இருந்தேன். யோசித்துத் தீராத நினைவுகள் என்னை ஆக்கிரமிக்க, மனம் நினைவுச் சுழலில் அமிழ்ந்து போனது!

பத்து வருடங்களுக்கு முன்பு, இது போன்றதொரு தேர்வுக் காலம்தான் அது. என் மாணவன் சசியின் அம்மா இறந்து போனதை ப்ரீத்திதான் முதலில் சொன்னாள். தவித்துப் போனேன். ஏனெனில் மறுநாள் ப்ளஸ்டூ பொதுத்தேர்வு அய்யோ என்கிற பதற்றத்திற்கும், அடுத்து என்ன என்ற கேள்விக்கும் பதிலே இல்லை. நீலகிரி மாவட்டத்தில் தேவாலா என்கிற சிறிய மலைக் கிராமம் அது. தகவல் கிடைத்தவுடன், அவசர அவசரமாய்க் கிளம்பி, இரண்டு மலை ஏறி இறங்கி, ஒரு பெரும் டீத்தோட்ட மலைச்சரிவில் மீண்டும் இறங்கி, சசியின் வீட்டை அடைந்தபோது இருட்டிக் கொண்டிருந்தது. அப்பாவையும், அவரின் நான்கு பிள்ளைகளையும் தவிர வீட்டில் யாருமே இல்லை. அழுகையின் குரல்கள், விசும்பல்கள்

எதுவுமற்ற மௌனமான ஒரு மரண வீட்டை என் வாழ்நாளில் அன்றுதான் முதல்முறையாகப் பார்த்தேன். ஆங்காங்கே போகன்வில்லா மலர்கள் உதிர்ந்து கிடந்த அந்த அறையில், ஏற்றி வைக்கப்பட்ட தீபத்தின் சிறு வெளிச்சத்தில், அமைதியாய் உறங்கிப் போயிருந்தார் அந்தத் தாய்.

பிள்ளைகளும் கணவரும் அம்மாவைச் சுற்றி இருக்க, மௌனம் அந்த அறையெங்கும் அடர்ந்து நிறைந்திருந்தது. அமைதியாய் சிறிது நேரம் நின்றுவிட்டு வெளியே வந்தேன். ''நாளைக்கு எக்ஸாம்... எழுத முடியுமாப்பா''? எனத் தயங்கித்தயங்கிக் கேட்டேன். அவனே விடையறியாத கேள்வி அது. அதற்கு மேல் எதுவும் பேசத் தோன்றாமல் அமைதியாய்த் திரும்பி விட்டேன்.

துயரங்களை முதன்முதலில் சந்திக்கும்போதுதான் மனம் அதிர்வுற்று அதிர்வுற்று அடங்குகிறது. பின்னர் அதையே எந்தச் சலனமும் இல்லாமல் ஏற்றுக் கொள்ளப் பழகி விடுகிறது. கல்வி, பிழைப்பு, பொருள், யுத்தம் என எங்கெல்லாமோ அலைந்து திரியும் நம் பாதங்களை வரவேற்க, காத்திருப்பின் பெருவெளியில், எப்போதைக்குமான நட்சத்திரமாய் ஒளிர்ந்து கொண்டிருப்பவள் நம் தாய். அவளைத் தொலைத்த வாழ்வில் மீட்பு என்பதேது? மறுநாள், ''மிஸ் சசி எக்ஸாம் எழுதிட்டான்... எல்லா எக்ஸாமும் எழுதறேன்னு சொல்லியிருக்கான்... கவலைப்படாதீங்க'' என்கிற வார்த்தைகள் சற்றே ஆறுதலடைய வைத்தது. எது அவனை மீட்டெடுத்தது என்பதற்கு இன்றுவரை பதில் இல்லை. பத்து வருடங்கள் ஓடிப்போய் விட்டன. சசியின் அண்ணன் அன்னையாய் மாறி, தன் கனவுகளை விற்றுவிட்டுப்

பெருநகரமொன்றில் வேலைக்குச் சேர்ந்தான். சசி அருகிலிருக்கும் கல்லூரி ஒன்றில் டிகிரி படித்து, ஏதேதோ வேலை பார்த்து, தன் மனதிற்குப் பிடித்த வேலையொன்றிற்காய் தாய்நிலத்தின் நினைவுகளோடு ஆறாத வடுக்களோடும் நகரத்தில் ஓடிக் கொண்டிருக்கிறான். ''எப்படிடா இருக்கே சசி'' எனக் கண்கள் நிறைந்து அவனைப் பார்க்கும்போது கேட்டால், ''எனக்கென்னங்க மிஸ்,ரொம்ப நல்லா இருக்கேன்'' எனத் தோள் குலுக்கிச் சிரிக்கிறான். தாயைத் தொலைத்த இந்தக் குழந்தைகூட ஏதேனும் ஒரு புள்ளியில் மீண்டு வரக்கூடும்! அதற்கான காலத்தையும் நேரத்தையும் யார் அறியக் கூடும்? ஒரு வருட ஓட்டம் முடிந்து, மே மாதம் ஓய்ந்திருக்கும் பொழுதுகளில், அந்த வருடத்திற்குரிய நினைவுகளில் மூழ்கும்போது, ஏதேதோ நினைவுகள் கிளர்ந்து, மனம் எல்லை இல்லாத ஆத்மார்த்தத்திற்குள் நுழைந்து விடுகிறது!

சந்தோஷமாகட்டும், துக்கமாகட்டும், இரண்டாவது கோட்டை அருகில் வரைந்து, நம் கணங்களைச் சிறியதாக்கிக் கொண்டே இருக்கிறது இந்த வாழ்க்கை. வெயிலும் மழையும் சேர்ந்து வருகிற மாதிரி, கண்ணீரையும் புன்னகையையும் சேர்த்தே தருகிறது வாழ்க்கை. அன்பும் பரிசுத்தமும் நிறைந்திருக்கும் மனதை அப்படியே வைத்திருக்கக் குழந்தைகளால் மட்டுமே முடிகிறது என்பதை நினைத்தால், அது போன்ற மன அமைப்பு எனக்கு இல்லையே என ஏக்கமாக இருக்கிறது.

வெறும் அறிவை மட்டுமே அடைத்து நிரப்பி நாம் உருவாக்கிக் கொண்டிருக்கும் இந்தச் சமூகத்தில்தான், தன் துயரைத் தானே தாங்கிக் கொண்டு, தன் கனவுகளைத் தானே

வார்த்தெடுக்கும் ஒரு சமூகமும் உருவாகிக் கொண்டிருக்கிறது. என்ன ஒன்று, அந்தப் பிள்ளைகள் சாமானியர்களாக மட்டுமே அடையாளம் காணப்படுகிறார்கள், அவ்வளவுதான்.

குடும்பத்தின் வறுமை தாளாமல், திருப்பூரில் பனியன் கம்பெனியில் வேலைக்குப் போகும் சோபன், தினமும் கேரளாவுக்கு லோடு ஏற்றி இறக்கிக் கொண்டிருக்கிறான். இன்னமும் ரோஜாப்பூக்களுக்கு மத்தியில், கூப்பிய கரங்களோடு புன்னகைக்கும் கிராமத்துத் தம்பதிகளுக்காக, கல்யாண ஆல்பம் தயாரிக்கிறான் கணேஷ். கோவையின் டிபார்ட்மெண்ட் ஸ்டோர் ஒன்றில் சாமான்கள் அடுக்கிக் கொண்டே இருக்கிறான் சக்திவேல்.

ஜவுளிக்கடையில் நியான் விளக்குகளின் ஒளியில், கோடு போட்ட யுனிஃபார்ம் சட்டையோடு, வண்ண வண்ண ஆடைகளைச் சலிக்காமல் எடுத்துப் போட்டபடியே இருக்கிறான் கருணாகரன்.

தூர தேசத்தில் சமையல் வேலை செய்து கிடைக்கும் சொற்ப சம்பளத்தை, சொந்த ஊரில், தன் தாய்க்காக வீடு கட்டப் பணம் சேமிக்கிறான் அப்துல்.

கூரியர் ஆபீஸில், பழமுதிர் நிலையங்களில், பேருந்தில், ரயிலில் சாமானியர்களாக இந்தச் சமூகமெங்கும் விரவிக் கிடக்கிறார்கள், ஏதேதோ காரணங்களுக்காகத் தங்களுக்கான வாய்ப்பு மறுக்கப்பட்டவர்கள்...

ஆனாலும் நான் எப்போதும் நினைத்துக் கொள்வது, இது சாமானியர்களுக்கான தேசம்தானே, அவர்களின்

துணையில்லாமல், கரிசனம் இல்லாமல், பங்களிப்பு இல்லாமல், நம்மால் வாழ்ந்து விட முடியுமா?

"உங்களுக்கான ஆஃபர்..." எனஃபோனில் ஆரம்பிக்கும் கால் சென்டர் பெண்ணிடம் நான் சிடுசிடுப்பதில்லை. காலமெனும் பெரு வானில், திசையறியாது சிறகடிக்கும் ஏதோ ஒரு பெண்குழந்தை, பாவமாய் சொற்பச் சம்பளத்திற்காக அந்த வேலைக்கு வந்திருக்கக் கூடும் இல்லையா?

பிடித்த ஜீன்ஸ் பேண்ட்டின் சிறு கிழிசலைத் தைக்க அபார்ட்மெண்ட் வாசலில் தையல் மெஷின் வைத்துக் கொண்டு அமர்ந்திருக்கும் டெய்லரை நம்மில் பலர் தேடிக் கொண்டிருக்கிறோம் எப்போதும்,

"சொல்லுங்க, என்ன சார் சாப்பிடறீங்க... பாப்பாவுக்கு என்னம்மா வேணும்?" என நோட்டும் பேனாவுமாய் நம்முன் நிற்பவர்தானே நம் பசியை எப்போதும் நிறைவடையச் செய்கிறார்? இதில் எந்த வேலை உயர்ந்தது, எது தாழ்ந்தது?

"நினைத்துப் பார்க்காத பாதைகளில் எல்லாம் காலம் நடத்தும் மாயப் பயணங்களில் எத்தனை ஆட்டுக்குட்டிகள் வழி தவறிப் போயிருக்கும்? அடித்து இழுத்துப் போய் எங்கெங்கோ வீசி எறிந்துவிட்டு ஓடிக்கொண்டே இருக்கிறது காலத்தின் தீராத வெள்ளம்" என்கிற வரிகளை வாசித்துக் கடக்க முடியாமல் அங்கேயே நின்று கொண்டிருக்கிறேன்.

எந்த உதவியுமற்று, அநாதரவாய் நிற்கும் இந்தக் குழந்தைகளின் துயரை விடவா உன் துயரம் பெரிது என விரிகிற வினாக்களோடு வாழ்க்கை எப்போதும் என் முன் நிற்கிறது.

வலிகளிலும், துயரங்களிலும், நம்மைத் தொட்டுத் தூக்கும் இதயங்கள் மட்டும் இல்லையெனில் என்னவாகியிருக்கும் என நினைத்துப் பார்க்கவே திகிலாய் இருக்கிறது.

சாமானியர்களாய் எங்கெங்கும் நிறைந்திருக்கும் மனிதர்களைப் பார்க்கும் போதெல்லாம், இவர்கள் எங்கிருந்து வந்திருப்பார்கள், என்ன படித்திருப்பார்கள், ஏதேனும் அரசுப் பள்ளியிலிருந்து வந்திருப்பார்களோ எனச் சட்டென்று தோன்றும் ஒரு நினைவு எப்போதும் என் நெஞ்சை அறுக்கும். இந்தக் குழந்தைகள் அத்தனை பேரின் துயரங்களையும் நம்மால் துடைக்க முடியாதுதான்; ஆனால், புரிந்து கொள்ள இயலும்.

"ஏண்டா கவர்மெண்ட் ஸ்கூல் பையன் மாதிரி பிஹேவ் பண்றே?" என்கிற வார்த்தையை உதிர்க்கும் முன் சற்றுச் சிந்திக்க வைக்கும் இல்லையா? இந்தக் குழந்தைகளின் சந்தோஷமன்றி, வேறெந்த நோக்கத்தையும் என் எழுத்துகளுக்கு நான் கற்பித்துக் கொள்வது இல்லை.

எப்போதும் நுழையவே முடியாத அடர்ந்த வனத்தைப் போன்ற துயரத்தின் இருளையும், நிறைய சந்தோஷங்களின் வெளிச்சக் கீற்றையும் சுமந்து தான் ஒவ்வொரு வருடமும் வருகிறது முன்னே பின்னே என எதுவுமில்லாமல், வெற்றி தோல்வி என்கிற மனதின் குறியீடுகளைச் சுமக்காமல் பிரியத்தின் பெருமையைப் பொழிகிற இதயங்கள் மட்டுமே எப்போதைக்குமான எல்லோருக்குமான தேவை. குறைந்தபட்சம் நம் பயணங்களில், ஒரு கையில் தன் தங்கையையோ, தம்பியையோ பிடித்தபடி, மற்றொரு கையில் தன் புத்தக மூட்டையைச் சுமந்து கொண்டு, வாகனங்கள் பறக்கும் நகரச்

சாலைகளைக் கடக்க முடியாமல், திகைத்துப் பின்வாங்கும் அரசுப் பள்ளிப் பிள்ளைகளைக் காண நேர்ந்தால், சற்றே நிதானித்து, உறுமும் நம் வாகனங்களை நிறுத்தி, குறைந்த பட்சம் அந்தச் சாலையைக் கடக்கவாவது அனுமதித்து, முடிந்தால் சிறு புன்னகையொன்றைப் பரிசளித்து நகர்வோம்! அந்தக் குழந்தைகள் தன் வாழ்விற்கான பெரும் பாதையைத் தாங்களே தேடிக் கண்டடைவார்கள்.

பிரியங்கள் ஷைலும்மா!

அரசி

கண்கள் அறியா வேர்கள்

அன்புள்ள ஷைலுவுக்கு,

இங்கே மழை பெய்யத் துவங்கியிருக்கிறது! பள்ளிக்கு வருவதும் போவதும் சற்று சிரமத்தைத் தந்தாலும், மழை எப்போதும் இதம்தானே! சில பாடல் வரிகளைக் கேட்கும்போது சில வரிகளை வாசித்துக் கடக்கும் போது, தவறாமல் உங்கள் நினைவு வந்து விடுகிறது.

சாலையோரங்களில் கிடக்கும்

சிறகுகளை

மாலைக்காற்று

மெதுவாக

எடுத்தெடுத்துப் பார்க்கிறது...

ஏனோ கையில் வைத்துக் கொள்கிறது

சற்று நேரம்...

சற்று நேரம்...

என்கிற தேவதச்சனின் கவிதையொன்றை வாசித்தபோது, அதை உங்களிடம் சொல்லத் தோன்றியது. பேசுவதை விடக் கடிதமாய் எழுதுவது எவ்வளவு சுகமாய் இருக்கிறது. இரண்டு மூன்று விஷயங்களையும் உங்களிடம் சொல்ல வேண்டும்.

போன வாரத்தில் ஒருநாள் மாலை, வீட்டிற்கு வரும் வழியில் கலைச் செல்வி அம்மாவைப் பார்த்தேன். பிரியமாய் என் கைகளைப் பற்றிக் கொண்டு வெகுநேரம் பேசிக் கொண்டிருந்தார். வீடு வந்து சேர்ந்த பின்னரும் அவர் நினைவு மனதிலிருந்து அகலவில்லை.

கலைச்செல்வி அம்மா, எங்கள் பள்ளியின் சத்துணவு அமைப்பாளர். ஏறக்குறைய இருபத்தி ஐந்து வருடங்களுக்கு மேல் எங்கள் பள்ளிக் குழந்தைகளுக்கு சத்துணவு சமைத்துப் பரிமாறியவர். அவ்வப்போது ஆசிரியர்களும் சத்துணவு சாப்பாட்டையே சாப்பிடுவோம். அருமையாய்ச் சமைப்பார். காமராஜர் பிறந்த தினம், அரசு உத்தரவின் பேரில் பொங்கல் பண்டிகை போன்ற விசேஷ நாட்களில், சத்துணவில் நெய் மணக்க, சர்க்கரைப் பொங்கல் செய்து ஆசையாய் அனைவருக்கும் வழங்குவார். தனிப்பட்ட முறையில் அவரைப் பற்றிப் பெரிதாக எந்த அறிமுகமும் எனக்கு இல்லாமல் இருந்தது.

ஒரு ஜனவரி மாதத்தில், பொதுத் தேர்வுகள் நெருங்கிக் கொண்டிருந்த காலகட்டத்தில், பொதுத் தேர்வு எழுதும் குழந்தைகளை, மாலை ஆறு மணி வரை பள்ளியிலேயே இருக்க வைத்துப் படிக்க வைக்கலாம் என ஆசிரியர்களும் தலைமை ஆசிரியரும் தீர்மானித்தோம். அரசுப் பள்ளிக் குழந்தைகளின்

குடும்பச் சூழல் நாம் அனைவரும் அறிந்ததுதான். பள்ளி முடிந்தவுடன் சைக்கிளை எடுத்துக்கொண்டு, வீடு வீடாகச் சென்று, ஆடு மாடுகளுக்குத் தேவையான கழுநீர்த்தண்ணி சுமப்பான் ஒருவன். கரண்ட் இல்லாத வீட்டில் மெழுகுவர்த்தி வெளிச்சத்தில் முதுகு ஒடிய வீட்டுப் பாடம் எழுதுபவர்கள் இன்னமும் இருக்கிறார்கள். இரவுகளில் வீடு திரும்பும் தாய் தந்தையருக்கு, சமைத்து வைத்துக் காத்திருக்கும் பெண் குழந்தைகள் அநேகம் பேர். குடிப் பிரச்சனை தலை விரித்தாடும் குடும்பங்களில், மிரண்டு, பயந்து, பின்னிரவுகளில் பட்டினியாய்ப் படுத்துறங்கும் குழந்தைகள் ஏராளம். வீடுகளில் படிக்கும் குழந்தைகள் குறைவு. அதனாலேயே பள்ளியில் மாலை வேலைகளில் குழந்தைகளின் பசியாற்றிப் படிக்க வைக்கலாம் என யோசித்தபோது முதலில் நம்பிக்கையூட்டியவர் கலைச்செல்வி அம்மாதான். ஒரு சத்துணவு அமைப்பாளருக்கு அரசு மேல்நிலைப்பள்ளியில் என்ன வேலை இருக்க முடியும்? காலை பதினோரு மணி அளவில் பள்ளிக்கு வந்து, அரக்கப் பரக்கச் சமையலை முடித்து, மதிய இடைவெளியில் பிள்ளைகளுக்குப் பரிமாறிவிட்டு, மீதியை தங்கள் டிபன் பாக்ஸில் அடைத்துக்கொண்டு, ஒரு மணிக்கெல்லாம் வீடு போய்ச் சேர்பவர்கள் அவர்கள். பெரும்பாலும் அந்தப் புகை மண்டிய சமையலறையோடு ஐக்கியமாகி விடுபவர்கள். பள்ளியின் வேறு எந்தச் செயல்பாடுகளிலும் அவர்களுக்குப் பங்கில்லை என்றுதான் நான் நினைத்துக் கொண்டிருந்தேன், கலைச்செல்வி அம்மாவைக் காணும் வரை.

கிட்டத்தட்ட நானூறு குழந்தைகளுக்கு, இரண்டு மாதங்கள், நாள் தவறாமல் சமைத்துத் தரும் பெரும் பொறுப்பை அவர்கள்

கையில் எடுத்துக் கொண்ட போது, எனக்கு ஆச்சரியமாக இருந்தது. மானுடத்தின் பொதுமொழியான பசியை முதலில் அறிவது தாய்மையின் கருணைதானே. அந்தக் கருணையில்தான் ஒவ்வொருவரின் உலகமும் உயிர்ப்பித்திருக்கிறது.

ஒவ்வொரு நாளும் கிட்டத்தட்ட ஐந்தாயிரம் ரூபாய் வரை செலவாகும். இந்தப் பணியை ஆசிரியர்கள் துவங்க, பின்னர் படிப்படியாக பெற்றோர் ஆசிரியர் கழகம், உள்ளூர்ப் பிரமுகர்கள், பெற்றோர் ஆகியோர் உதவிக்கரம் நீட்டினர்.

ஒவ்வொரு நாளும் வெஜிடபிள் பிரியாணி, தக்காளி சாதம், கேசரி, சுண்டல், கிச்சடி, உப்புமா எனத் தரமான, சுத்தமான உணவு வகைகளை மாலை நான்கு மணிக்கெல்லாம் தயார் செய்து விடுவார் கலைச்செல்வி அம்மா. ஆசிரியர்களும் மாணவர்கள் அனைவருமே உண்டு, பசியாறிப் பின் பணி செய்தோம். பிப்ரவரி மாத வெயிலில், தீயின் நெடுஞ்சுவாலையில் நின்று கலைச்செல்வி அம்மா சமைத்துக் கொடுத்ததைப் பாராட்டாத நெஞ்சங்களே இல்லை.

நிர்வாகவியல் கல்லூரி ஒன்றில், இறுதி ஆண்டு படித்து முடித்து வெளியேறும் மாணவர்களுக்கு, கடைசி நாளில், அவர்களின் ஆசிரியர் இறுதியாய் ஒரு தேர்வு வைத்தார். கேள்வித்தாளில் இருந்த அனைத்துக் கேள்விகளுக்கும் பதிலளித்த மாணவர்கள், இறுதிக் கேள்வியைக் கண்டு திகைத்துப் போயினர். அந்தக் கேள்வி, உங்கள் வகுப்பறையைத் தினமும் சுத்தம் செய்யும் பெண்மணியின் பெயர் என்ன என்பதே பல மாணவர்களுக்கு அதற்கான பதில் தெரியவில்லை. இறுதி

உரை நிகழ்த்திய ஆசிரியர் தெளிவுபடுத்த விரும்பியது இதுதான், ''எந்த ஒரு நிர்வாகமும் சிறந்த முறையில் நடக்க வேண்டுமெனில், அதன் உயர் அதிகாரி முதல் கடைநிலை ஊழியர் வரை அனைவரின் பங்களிப்பும் அவசியம் பாரபட்சம் காட்டாது, அனைவரையும் அரவணைத்துச் செல்லும் நிர்வாகமே, மிகச் சிறந்த முறையில் முன்னேறும்.''

எங்கோ படித்த இந்தக் கட்டுரையை நான் அடிக்கடி, நினைத்துக் கொள்வதுண்டு. காதலித்துத் திருமணம் செய்து கொண்ட கணவர், இளம் வயதிலேயே மறைந்து போக, துயர் நிறைந்த நெடிய வாழ்வை, சமையல் பணியில் முழுமையாகக் கரைத்துக் கொண்ட ஒரு சத்துணவு அமைப்பாளர், பள்ளி நிர்வாகத்தில் பெரும் பங்காற்றுவது அதிசயமே. அவருடைய பிரிவு உபசார விழாவில், என் நண்பர் இளங்கோ முகமறியாத அவருக்கு அனுப்பிய பட்டுப்புடவையைப் பரிசளித்துப் பாராட்டிப் பேசியபோது, வெள்ளந்தியாய்ச் சிறு புன்னகையையோடு, எந்தப் பெருமிதமும் இல்லாமல் மெல்லிய கூச்சத்தோடு கைகுலுக்கிப் பிரிந்து போனார். எங்கோ ஒரு காற்று அடித்து, இங்கு பூ கொட்டினாற் போல் இருந்தது!

ராஜு முருகனின் 'வீதிக்கு வராத முகங்கள்' கட்டுரையைப் பற்றிப் படித்துக் கொண்டிருந்தபோது, கலைச் செல்வி அம்மாவின் முகம் நினைவில் மின்னி மறைந்தது. 'அடையாளமும், அங்கீகாரமும், வெளிச்சமும் இல்லாமல் மகத்தான திறமைகளோடு, உண்மையான உழைப்போடு சாமானியர்களாக வாழ்ந்து கொண்டு இருப்பவர்கள் நம்மைச் சுற்றி எத்தனை எத்தனையோ பேர் இல்லையா? ரசிப்பதற்கும்

ஸ்பரிசிப்பதற்கும் பறிப்பதற்கும் தொடுப்பதற்கும் விரல்கள் இல்லாமல் பூத்துப் பூத்து உதிர்ந்து கொண்டிருப்பவர்கள் எவ்வளவு பேர்? என சாமானியர்களை அடையாளப்படுத்துகிறது அந்தக் கட்டுரை. மிக அழுத்தமாக, என் உலகைச் சுற்றியுள்ள எளிய மனிதர்களைப் பார்க்கக் கற்றுக் கொடுத்தது அந்தக் கட்டுரைதான்.

அற்பப் பணத்துக்காகத் தன் வாழ்நாளின் உன்னதச் செயல்பாடுகளை எந்த வகையிலும் குறைத்துக் கொள்ளாத ஒப்பற்ற கலைஞர்கள் இன்னமும் இருக்கத்தானே செய்கிறார்கள்?

தீபாவளிக்கும், புத்தாண்டிற்கும் ஒரு ஓவர்டைம் பணத்திற்காக எக்ஸ்ட்ரா டியூட்டி பார்க்கும் பஸ் டிரைவர், கண்டக்டர்களுக்கு வாழ்த்துச் சொல்லும் போதெல்லாம், மெலிதாய் தலை அசைத்து அவர்கள் சிந்திய புன்னகையை இன்னமும் சேமித்து வைத்திருக்கிறேன். தினமும் நான் இறங்கும் பஸ் ஸ்டாப்பில் ஒரு கீரைக்காரப் பாட்டி இருப்பார். மார்பகப் புற்று நோய் வந்து மீண்டு, தள்ளாத வயதிலும் பேரப்பிள்ளைகளுக்காக கீரை விற்றுக் கொண்டிருப்பார். "அஞ்சு ரூவா கூடப் போட்டுக் கொடு கண்ணு! கீரையெல்லாம் ஆய்ஞ்சு சுத்தமா வச்சுருக்கேன். உனக்கு வேலை கம்மிதானே?" எனச் சிரித்துக் கொண்டே கேட்பார். இலவசமாய் ஐந்து ரூபாய் கூட எதிர்பார்க்காத சுய கௌரவத்தை இந்த எளியவர்கள் நமக்குச் சொல்லிக் கொண்டே இருக்கிறார்கள்.

எப்போதாவது டவுன்பஸ் எட்டிப் பார்க்கும் குக்கிராமத்தில் பழக்கடை போட்டுக் காத்திருக்கிறாள் மீனா. திருமணம் ஆன

கையோடு, அவளுக்கு சித்தம் சரியில்லை என அம்மா, அப்பா வீட்டிற்கே அனுப்பிவிட்டான் கணவன். பத்து அடிக்கு ஒரு பழக்கடை என எங்கெங்கும் எல்லாக் கடைகளும் மலிந்து விட்ட இந்தக் காலத்தில், எப்போதாவது ஏதாவது வாங்க வருபவர்களுக்கு இரண்டு அதிகமாகவே போட்டு அனுப்பும் மீனாவைப் பைத்தியக்காரி என்றுதானே இந்த உலகம் சொல்கிறது?

இன்னமும் பள்ளிப் பிள்ளைகளுக்கு இலவசமாய் யுனிஃபார்ம் தைத்துக் கொடுக்கும் டெய்லர் அக்காக்கள் இருக்கின்றார்கள்.

கண்ணில்லாத தம்பதியிடம் காசு வாங்காமல் ஏற்றிக் கொண்டு போகும் ஆட்டோக்கார பாபுவுக்கு என்ன பெரிதான வருமானம் இருந்துவிடப் போகிறது? தன் ஏழ்மையில் மனம் குமையாமல், போகிற போக்கில் ஏதோ ஒரு உயிருக்கு உதவி செய்து விட்டு எதையும் எதிர்பார்க்காமல் போய்க் கொண்டே இருப்பவர்களுக்கு இந்தச் சமூகத்தில் என்ன பெயர் ஷைலு? 'சாமானியர்கள்' என்பதா? தெரியவில்லை.

தினமலரிலிருந்து 'பட்டம்' என்கிற இணைப்பு தினமும் பள்ளிக்கு வரும். காலை இளவெயிலின் பரிசுத்தம் மாறாத நேரத்தில், பள்ளிக்கு முன்னதாகவே வந்து, பேப்பர் கட்டைப் பிரித்து, எல்லா வகுப்பு மேஜைகளின் மீதும் வைத்து விட்டு வரும் ஆறாம் வகுப்புக் குழந்தைகளைத் தினமும் பார்ப்பேன். "யாரு கண்ணு உங்களை இப்படி வைக்கச் சொன்னா?" என்று கேட்டால், "நாங்களேதான் எல்லா கிளாஸ்லயும் கொண்டு போய் வைக்கிறோம். அசெம்பிளி முடிஞ்சி எல்லாரும் வந்து

எடுக்கும்போது, கூட்டமா ஆயிடுமேன்னு முன்னாடியே வச்சுடறோம்'' என்றார்கள். தன் வகுப்பு டேபிளுக்கு பட்டம் எப்படி வருகிறதென்று பள்ளியில் யாருக்குமே தெரிந்ததில்லை, அதைப்பற்றி யாரும் யோசித்ததில்லை. 'மற்றவர்களுக்காக வாழும் மனசுக்காரர்கள் தான் எத்தனை அழகானவர்கள்! அந்த இதயங்கள்தான் கடவுளின் நிழல்கள்' என்று படித்த வரிகளை நினைத்துக் கொள்கிறேன்.

ஒவ்வொரு முதல் தேதியன்றும் மிகச்சரியாகக் காசு வாங்க வந்து விடுவார் எங்கள் ஏரியா கூர்க்கா. பெரும்பாலான வீடுகளில், எல்லா அபார்மெண்ட் வாசல்களிலும் யுனிபார்ம் போட்ட செக்யூரிட்டிகள் நிறைந்து விட்ட இந்தக் கால மாற்றத்தில், இந்த கூர்க்காக்கள் எல்லாம் எங்கு போனார்கள் என்கிற கேள்வி என்னைத் துரத்திக் கொண்டே இருக்கிறது. இந்தக் கேள்வி என்னுள் எழும் போதெல்லாம், எஸ்ராவின் கூர்க்காக்களின் ஒரு நாள் வாழ்வு பற்றிய கட்டுரையை வாசிக்கத் தோன்றுகிறது. கிட்டத்தட்ட வீடு வீடாய்ப் போய்ப் பிச்சை கேட்கும் சூழ்நிலையில்தான் அவர்களை நிறுத்தியிருக்கிறது இந்தச் சமூகம், ''ஒருநாள் கூட நைட்ல உன்னைப் பார்த்ததே இல்ல! காசு கேட்க மட்டும் கரெக்டா வந்துடுவியே; அதெல்லாம் பைசா தர முடியாது, கிளம்பு'' எனக் கறாராகச் சொல்லும் மனிதர்களிடம் அவர் தயங்கித் தயங்கி இந்தியில் ஏதோ விளக்க முற்படுவார். பட்டென்று சாத்தப்படும் கதவுகளிடம் சொல்லிக் கொள்ள எதுவுமில்லாமல் படியிறங்கிப் போவார். விசேஷ நாட்களில் மனமிரங்கித் தரப்படும் ஐம்பது ரூபாய்க்காக, முன்னிரவுகளில், பிழைப்பிற்காகப் பல நூறு மைல் கடந்து வந்து,

குளிரில் நட்சத்திரங்களை எண்ணியபடியே விசில் ஊதிக்கொண்டு போகும் கூர்க்காவைப் பார்க்கும் போதெல்லாம், மனம் சொல்ல முடியாத மௌனத்திற்குப் போய் விடுகிறது.

''அப்படியெல்லாம் போகிற போக்கில் செலவு செய்ய முடியுமா? காசு மரத்துலயா காய்க்குது? நாமளும் கஷ்டப்பட்டுத்தானே உழைச்சு சம்பாதிக்கிறோம்? பாத்திரம் அறிந்து பிச்சை இடணும்'' என்று இலட்சியவாதம் பேசும் ஒரு சமூகமும் இங்கேதான் இருக்கிறது. அவர்களிடம் ஒன்றுவதற்குத்தான் நமக்கு மனம் இல்லை. அது தேவையும் இல்லை.

எளிமையாய் இருப்பது என்பது ஒரு மன அமைப்புதான் ஷைலு! கை அள்ளும் சோற்றில், சிந்தும் பருக்கைகள் சிறு உயிர்களுக்கானது என்கிற சிந்தனை வாய்த்துவிட்டால் எதிர்ப்பார்ப்புகள் இருப்பதில்லை. எந்த எதிர்பார்ப்புகளும் இல்லாதவர்களுக்கு எந்தக் கடவுளர்களும் தேவைப்படுவதில்லை. தங்கள் வாழ்வைக் குறித்த பெரும் அச்சம் அவர்களுக்குத் தோன்றுவதில்லை. போகிற போக்கில் அன்பையோ, கருணையையோ, ஈரத்தையோ வெளிப்படுத்த முடியாமல் நாம் அணிந்திருக்கும் அறிவு சார்ந்த, இனம் சார்ந்த, கொள்கை சார்ந்த முகமூடிகள்தான் இருப்பதிலேயே அருவருப்பானவை.

எந்தப் புகழ் வெளிச்சமும், விளம்பரமும் இல்லாமலேயே ஒன்றிரண்டு உயிர்களைக் கை தூக்கிக் கரையேற்றி விட்டுவிட்டு, ஓடிக் கொண்டே இருக்கும் இதயங்களினால் தான் இந்த உலகம் இன்னமும் கூட உயிர்த்திருக்கிறது.

ரயில்வே ஸ்டேஷனின் ஒரு கோடியில், என்றோ ஒருநாள் வந்து விளையாடி விட்டு, போகும்போது கை நிறைத்து பம்பரக் காய்களை அள்ளிப் போகும் சிறு குழந்தைகளுக்கென, இன்னமும் பூத்துப் பூத்து உதிர்ந்து கொண்டுதான் இருக்கின்றன சில பூவரச மரங்கள். அப்படியொரு வாழ்வை வாழ்ந்து விட்டால் போதும்தானே.

குட்டி ரேவதியின் கவிதையொன்று நினைவில் மீள்கிறது!

'பூமியைத் தேடி வரும்

சில சிறகுகள்

யாதொன்றும் வேண்டுவதில்லை,

வானை உராய்ந்தது போதும்!'

பிரியங்களுடன்

முத்தரசி

பெயரற்ற ஒரு துயரம்

அன்புள்ள ஷைலுவிற்கு,

ஒவ்வொரு முறையும் மனம் வார்த்தைகளால் நிறைந்து தளும்பும்போதெல்லாம், உங்களுக்குக் கடிதமாய் எழுதிவிட வேண்டுமெனத் தீவிரமாய் நினைப்பதுண்டு. ஆனால் அவை எல்லாமே என் அன்றாடங்களின் அனலில் ஆவியாகிப் போய்விட, எப்போதும் ஒரு வெற்று மனத்துடனேயேதான் எழுத முற்படுகிறேன். எப்படி எத்தனையோ பணிகளுக்கிடையில் உங்கள் புத்தங்களை எல்லாம் நீங்கள் எழுதியிருப்பீர்கள் என எப்போதும் மலைத்துப் போகிறேன். ஆழ்ந்த உள்ளுணர்வால் வழி நடத்தப்பட்டு சிந்தனை முழுவதும் வார்த்தைகளாய் மாறும் மாயாஜாலம் எப்போதும் நிகழ்ந்து விடுகிறதா என்ன? தங்களுடைய அன்றாடங்களின் நெருக்கடிகளுக்கிடையே பெண்கள் எழுதுவதே பெரும் அதிசயம்தான்.

எழுத்து எத்தனை சிரமமென்பது எழுதும்போதுதான் பிடிபடுகிறது. போகட்டும், ஒரு முக்கியமான விஷயத்தை

உங்களிடம் பகிர்ந்து கொள்ள வேண்டுமெனத் தோன்றுகிறது, ஷைலும்மா.

ஒவ்வொரு வருடமும், ப்ளஸ்டூ தேர்வின் போது, ஒவ்வொரு தேர்வு மையத்திலும் ஒரு காவல்துறை அலுவலர் பணியில் இருக்க வேண்டும் என்பது நியதி, இந்த வருடம் நான் பணிபுரியப்போகும் தேர்வு மையத்திற்கு ஒரு காவல் துறை அதிகாரியை நியமிக்க வேண்டுமெனக் கேட்டுக்கொள்ள, அருகிலுள்ள சிங்காநல்லூர் காவல் நிலையத்திற்குச் சென்றிருந்தேன். சிவப்பும் வெள்ளையுமாய் கட்டடங்கள் நிறைந்திருக்கும் காவல் நிலையங்கள் எப்போதும் அச்சுறுத்தக் கூடியவையாகவே இருந்திருக்கின்றன. வெளிஉலகின் எந்த உணர்வுபூர்வமான விஷயங்களுக்கும் இடமளிக்காது, தன் சகல அதிகாரத்தோடும் வீற்றிருக்கும் ஒரு காவல் நிலையம் மனதிற்கு நெருக்கமாகவே அமைந்ததில்லை. உள்ளே நுழைந்தவுடன் சிறையைத் தேடும் கண்களும் மனதுமே வாய்த்திருக்கிறது எனக்கு. அப்படியே சிறை இருக்கும் பட்சத்தில், அதனுள் இருக்கும் எந்த மனித உருவமும் என் கண்களில் பட்டுவிடக் கூடாதென மனம் எப்போதும் படபடப்புடன் பிரார்த்தித்துக் கொள்ளும். அந்த அறையில் ஒரு மூலையில் சுருண்டு அமர்ந்திருக்கும் ஒரு உருவத்தைத் தற்செயலாக எப்போதாவது காண நேர்ந்து விட்டால், என் மனம் அடையும் அதிர்வுகளை என்னால் தாங்க முடிந்ததில்லை.

இத்தனைக்கும் அப்பா, காவல்துறையின் உயர் அதிகாரி, எப்போதாவது எங்களை அவருடைய அலுவலகத்திற்கு அழைத்துச் சென்றதுண்டு. வெகு உயரத்தில் மெதுவாகச் சுழன்று

கொண்டிருக்கும் மின்விசிறி, இடைவிடாமல் ஒலித்துக் கொண்டிருக்கும் தொலைபேசி, குவித்து வைக்கப்பட்ட பழுப்பேறிய காகிதக் கோப்புகள், இறுக்கமான முகங்கள் இவையெல்லாம் எப்போதும் திக்குமுக்காடச் செய்திருக்கின்றன, அந்த கான்கிரீட் சுவர் அறைகளிலிருந்து தப்பித்து, வெளியே போடப்பட்டிருக்கும் சிமெண்ட் பெஞ்ச்சுகளில்தான் விளையாடிக் கொண்டிருப்போம். அப்பா, எங்கும் நீக்கமற நிறைந்த காலமாக மாறிப்போன பிறகு காவல் நிலையம் செல்லும் வாய்ப்பு எப்போதாவதுதான் அமைகிறது, ஏதேதோ கலக்கத்தோடு நுழைந்த மனது, அங்கு பணியிலிருந்த பெண் காவலரைப் பார்த்த பிறகு சற்று ஆசுவாசமாகியது! சொல்ல வேண்டிய தகவல்களைச் சொல்லி, பெற வேண்டிய உதவிகளைக் குறித்துப் பேசிய பின்னர், வீடு திரும்பினேன். நெடுநேரத்துக்குப் பின்னரும் நெஞ்சில் சில நீங்கா நினைவுகள் அலையடித்துக் கொண்டே இருந்தன. குளிர் நீரில் முகம் கழுவி, ஒரு கோப்பைத் தேநீருடன் மொட்டை மாடியில், ஆகாய விரிவைப் பார்த்தபடி இருந்தேன்! சட்டென்று மனம் நழுவிக் காலத்தின் கரங்களில் பின்னோக்கிப் பயணிக்கத் துவங்கியதைத் தவிர்க்க முடியவில்லை ஷைலு

இரண்டு வருடங்களுக்கு முன்னர் கணவரின் அண்ணன் மகளுக்குக் கோவையில் திருமணம் நடைபெற்றது. வீட்டில் முதல் திருமணம் என்பதால், எல்லோரும் சந்தோஷமும் பரபரப்புமாய் வளைய வந்து கொண்டிருந்தார்கள். முன்தினம் மாலை நடைபெற்ற வரவேற்பு மற்றும் மறுநாள் காலை நடைபெற்ற திருமண விழாவின் உற்சாகமும் சிரிப்பும்

புன்னகையும் அழகிய புகைப்படங்களாகிக் கொண்டிருந்தன. காலை முகூர்த்தம் முடிந்த பின்பு மொத்தக் குடும்பமும் ஒன்றாகப் புகைப்படம் எடுக்க அழைத்ததால், கையிலிருந்த பையை நான் அமர்ந்திருந்த நாற்காலியில் வைத்துவிட்டு அருகிலிருந்த உறவினரிடம் சொல்லிவிட்டு மேடையேறினேன். ஆரவாரமாய்ப் புகைப்படங்கள் எடுத்துத் திரும்பியபோது, நாற்காலியில் வைத்து விட்டுப் போன என் பையைக் காணவில்லை. அருகில் விசாரித்த போது, சாப்பிடப் போய் விட்டார்கள் என்றனர். போய் பார்த்த போது சாப்பிட்டுக் கொண்டிருந்தார் அந்த உறவினர். அருகில் சென்று ''பை எங்கம்மா?'' என்றேன். ''எந்தப் பை அண்ணி'' என்றார். நான் சொல்லி விட்டுச் சென்றது அவர் நினைவில் பதியவே இல்லை ''இல்லையே அண்ணி, நான் உங்கள் பையைப் பார்க்கவே இல்லையே'' என்ற போது திக்கென்றது. நிதானமாய் யோசித்துக் கொண்டே மணமேடை இருந்த ஹாலுக்கு சென்றேன். நான் அமர்ந்திருந்த இருக்கை, அடுத்தடுத்த நாற்காலி வரிசைகள், அடியில், மணமேடையில், மணமக்கள் அறையில்... ம்ஹூம்... எங்கு தேடியும் பை அகப்படவில்லை. இதயம் சற்று வேகமாய்த் துடிக்கத் துவங்கியிருந்தது. குப்பென வியர்த்து சட்டென்று, அங்கு நிறைந்திருந்த அத்தனை முகங்களும் அந்நியமாகிப் போனது அனைவரின் கைகளையும் உற்றுப் பார்த்தபடியே கால்கள் வலிக்க வலிக்கத் திருமண மண்டபம் முழுக்க மேலும் கீழுமாய் நடந்து கொண்டே இருந்தேன். புலன்களின் சக்தி அனைத்தும் குறைந்து கொண்டே வருவதைப் போல உணர்ந்தேன். எங்கோ நின்றுகொண்டிருந்த சுதிர் சட்டென

அருகில் வந்து என் தோளைத் தொட்டு, ''என்னாச்சும்மா?'' என்றான். குரல் கம்மியது; இதயத் துடிப்பு காதில் கேட்க, மெல்லிய குரலில் ''அம்மாவோட கைப்பையைக் காணோம்ப்பா'' என்றேன் ''உள்ள என்னவெல்லாம் இருந்ததும்மா?'' என்று அவன் கேட்டபிறகுதான் அந்தப் புள்ளியை மனம் துழாவத் துவங்கியது. நகைகள், இரண்டு செல்போன் என மனதில் ஓடிய லிஸ்ட்டில் தலை சுற்றியது. சட்டென்று அருகிலிருந்த நாற்காலியில் சரிந்தேன். நிமிடங்களில் அந்த இடம் பரபரப்பானது. யாராரோ ஏதேதோ கேட்டார்கள். எதுவும் மனதில் பதியவில்லை. கூட்டத்தில் யாரோ ஒருவர் ''வாங்க சிசிடிவி கேமராவைப் பார்க்கலாம்'' என அழைத்தபோது மொத்தக் கூட்டமும் அங்கே ஓடியது. மொத்தம் அங்கிருந்த நாற்பது கேமிராக்களில் வரவேற்பு ஹாலில் இருந்த கேமரா மட்டும் பின்னோக்கி நகரத் துவங்கியது. கூடியிருந்தவர்கள் அனைவரும் இமைக்க மறந்து திரையையே உற்று நோக்கிக் கொண்டிருந்தனர்.

பையை நாற்காலியில் வைத்து விட்டு, நான் மேடை ஏறியதும், அருகிலிருந்த உறவினருக்கு ஏதோ போன் கால் வர அவர் எழுந்து மண்டபத்திற்கு வெளியே போனார், அடுத்தடுத்த நிமிடங்கள் திரையில் நகரத் துவங்கியது. எனது கைப்பை. அநாதையாய் அந்த நாற்காலியில் இருந்தது. சட்டென்று, நெடுநெடுவென உயரமாய், ஒல்லியாய் இருந்த மனிதர் ஒருவர், பை இருந்த நாற்காலிக்கு அருகில் வந்து அமர்ந்தார். தன் கர்ச்சீப்பை அதன் மேல் போட்டார். சற்று நிதானித்து, சுற்றும், முற்றும் பார்க்கிறார்... கூட்டம் தன் இயல்பில் கரைந்திருந்தது.

பச்சையும் சிவப்புமாய் ஒரு பாதாம் மரம்

அவரைக் கவனிப்பார் ஒருவரும் இல்லை. நொடிக்கும் குறைவான நேரத்தில் கர்ச்சீப்போடு என் பையையும் சடாரென்று எடுத்துக் கொண்டு, விடுவிடு என்று முன்வாசலை அடைந்து, சரேலென மண்டபத்தின் வெளிவாசல் கடந்து மதில்சுவர் ஓரம் நடந்து பரபரத்துக் கொண்டிருந்த வெளிக் கூட்டத்தில் கரைந்து காணாமல் போயிருந்தார். அனைவரும் உறைந்து போயிருந்தோம். கண் முன்னே ஒரு திருட்டு எந்தச் சுவடுமின்றி நடந்து முடிந்திருந்தது. அந்த நிமிடம் வரை, ''இது உங்க பையான்னு பாருங்க'' என்கிற மந்திரக் குரலொன்று என் முன்னே வந்து எல்லாத் துயரங்களையும் துடைத்து விடாதா என என் மனதிலிருந்த கடைசி நம்பிக்கையும், மொத்தமாய்க் கரைந்து, கண்ணீர் சிதறியது. சட்டென்று இந்தப் பூமி பிளந்து என்னை விழுங்கி விடக்கூடாதா என்கிற பதைபதைப்பு மேலெழும்ப, கீழே சரிந்தேன். கண்கள் காணும் காட்சியை மொழிபெயர்க்க இயலாமல் மூளை திணறிக் கொண்டிருந்தது. லட்சக்கணக்கான மதிப்புடைய நகைகளும், இரண்டு செல்போன்களும் சர்வ நிச்சயமாய்த் தொலைந்து போனது அந்தப் புள்ளியில் தான் உறுதியானது. கைகள் நடுங்க கண்ணீரோடு அமர்ந்திருந்தவளின் கரங்களை எடுத்துத் தன் கரங்களுக்குள் வைத்துக் கொண்டான் சுதிர். கணவர் அருகில் வந்து, ''அடுத்து என்ன செய்யலாம் எனப் பார்ப்போம். கவலைப்படாதே. போகட்டும் விடு'' என்ற போதுதான் அழுகை அதிகமானது.

அருகிலிருந்த காவல் நிலையத்திற்குத் தகவல் தெரிவிக்கப்பட்ட சில நிமிடங்களில் பெண் இன்ஸ்பெக்டர் போலீஸ் ஜீப்பில் வந்திறங்கினார். அவரின் அதிகாரமான

குரலின் சத்தத்தில் ஒடுங்கிப் போனவளாய், கேட்ட கேள்விகளுக்குப் பதிலளித்துக் கொண்டிருந்தேன். திருடியவரின் முகத்தை வீடியோவிலிருந்து போட்டோ எடுத்துக் கொண்டார், டீச்சரா இருந்துட்டு இவ்வளவு அலட்சியமா இருக்கீங்க என்று போகிற போக்கில் நெருப்பள்ளி வீசிப் போனார். ''ஸ்டேஷனுக்கு வந்து கம்ப்ளெயிண்ட் எழுதிக் கொடுங்க'' என்றார். வாழ்வில் முதன்முறையாக புகார் அளிக்க ஸ்டேஷன் சென்றேன். வாழ்நாள்ல கோர்ட்டுக்கும், போலீஸ் ஸ்டேஷனுக்கும் மட்டும் ஒருத்தனும் போயிடக் கூடாது, போனா அவ்வளவுதான் எனப் பலர் பலமுறை கூறக் கேட்டிருக்கிறேன் ஆனாலும், காலம் என்னை அந்தப் புள்ளியில் வலுக்கட்டாயமாகக் கொண்டு வந்து நிறுத்தியிருந்தது. ஸ்டேஷனில் வேறு ஒரு பெண் இன்ஸ்பெக்டர் முதலிலிருந்து விசாரித்தார். கம்ப்ளெயிண்ட எழுதி வாங்கினார். அங்கிருந்த பெஞ்ச்சில் அமர்ந்திருந்தோம் நானும் சுதிரும். செல்போன் தொலைந்துவிட்டது, ஸ்கூட்டரைக் காணவில்லை, கணவன், மனைவி சண்டை எனப் புகாரோடு வந்த ஒவ்வொருவரிடமும் ஒவ்வொரு விதமாய்ப் பேசி அனுப்பி வைத்தனர். ''போயிட்டு ஒரு ஏழுமணிக்கு மேல வாங்க! எஃப். ஐ. ஆர். போட்டுட்டு காப்பி வாங்கிட்டுப் போங்க'' என்றனர். மெதுவாய் நானும் சுதிரும் ஸ்டேஷனை விட்டு வெளியே வந்தோம். பறவைகள் கூடு திரும்பிக்கொண்டிருந்தன. வானத்தின் வெளிச்சம் மெதுவாய்க் கரைந்து கொண்டிருந்தது. உலகம் வழக்கம்போலவே முகத்தைத் திருப்பிக்கொண்டு அதன் இயல்பில் அமர்ந்திருந்தது. நம் துயரத்தின் வழி விரிகின்ற உலகம்தான் எத்தனை வித்தியாசமாய் இருக்கிறது.

மண்டபத்திற்கு வந்து முகம் கழுவி, உடைமாற்றி அமர்ந்திருந்த போது, கூடியிருந்த கூட்டத்தின் கேள்விகளுக்குப் பதில் சொல்ல ஆயாசமாய் இருந்தது. அமைதியாய் அரைமணி நேரம் அமர்ந்திருந்தேன். சுதிர் பதற்றமாய் அருகில் வந்து, ''அம்மா, சீக்கிரம் கிளம்புங்க ஸ்டேஷனுக்குப் போகணும்'' என்றான். இயந்திரத்தனமாய்க் கிளம்பினேன். ஏன் இத்தனை அவசரமாய்ப் போக வேண்டுமென்று சொல்கிறான் எனப் புரியாமலே கூடச் சென்றேன். ஸ்டேஷன் சென்று இறங்கியவுடன், அவசர அவசரமாய் இன்ஸ்பெக்டர் அம்மாவிடம் ஓடினான், ஏதேதோ பேசினான். சட்டென்று அந்தச் சூழலே பரபரப்பாய் மாறியது. கான்ஸ்டபிள், ஜீப்பை எடுங்க, தேவைப்படறவங்கள ரெடியா இருக்கச் சொல்லுங்க என அவசர அவசரமாய் உத்தரவுகளைப் பிறப்பித்துக் கொண்டிருந்தார் இன்ஸ்பெக்டர் அம்மா. எதுவும் புரியாமல் அனைவரையும் பார்த்துக்கொண்டிருந்தேன்! சுதிர் அருகில் வந்து, ''அம்மா, உங்க பையில் இருந்த இரண்டு செல்போன்ல, ஒண்ணு சுவிட்ச் ஆப் ஆயிடுச்சு, இன்னொன்னுல ரிங் போய்ட்டே இருந்துச்சு அதை வச்சு, அந்த போன் எங்க இருக்குன்னு, லொகேஷன் ஆப் மூலமா கண்டுபிடிச்சுட்டேன். அந்த இடத்தைத் தேடித்தான் இப்ப கிளம்பறோம். அங்க போய்ட்டு போன் பண்றேன்மா பத்திரமா இருங்க. நான் சீக்கிரம் வந்துடறேன்'' என்றான். அந்தச் செய்தி என் மூளையின் நரம்புகளில் சென்று பதியவே சில மணித்துளிகள் ஆனது. பதில் எதிர்பார்க்காமல், சுதிரும் மற்றவர்களும் ஜீப்பில் ஏறிப் பறந்தார்கள். கண்ணெதிரே நடப்பதை நம்ப முடியாமல் திகைப்புடன் அமர்ந்திருந்தேன்.

காலம் நீண்டு கொண்டே சென்றது. இரவு பத்து மணி போல வந்த ஃபோன்காலில் உற்சாகமானார், அப்போது டியூட்டியில் இருந்த இன்ஸ்பெக்டர். பேசி, முடித்தவுடன் நிமிர்ந்து என்னைப் பார்த்து, புன்னகையோடு, ''அம்மா! உங்க நகையெல்லாம் கிடைச்சாச்சு திருடனைப் பிடிச்சாச்சு தெம்பா இருங்க'' என்றார். சொல்லி முடிப்பதற்குள் சுதிர் ஃபோன் பேசினான் ''அம்மா எல்லாமே கிடைச்சுடுச்சு. தைரியமா இருங்க நாங்க சீக்கரம் வந்துடறோம்'' என்றான். அடர்ந்து கனத்திருக்கும் வனத்தின் வழி ஊடுருவும் மின்னலின் வெளிச்சக் கீற்றைப் போல, மனம் சட்டென்று பிரகாசமானது. கலங்கி நின்ற தருணங்கள் எல்லாம் கரைந்து, மனம் லேசாகிக் கண் நிறைந்தது. அப்போதும் வெயிலும் மழையும் சேர்ந்து வருகிற மாதிரி, கண்ணீரும் புன்னகையும் சேர்ந்து வருவது, அதீத சந்தோஷங்களிலோ, சோகங்களிலோதானே!'' என்பார் ராஜுமுருகன்! உலரவே உலராத நத்தையின் அடிவயிற்று ஈரம்போல ஆயுசுக்கும் மறக்க முடியாத தருணமாகிப் போனது, அப்போதைய என் உணர்வுகள்.

இரவு பதினோரு மணிவாக்கில் அனைவரும் ஸ்டேஷனுக்குத் திரும்பினர்! சுதிர் என்னிடம் வந்து ஆவி சேர்த்துக் கட்டிக் கொண்டான். உடன் சென்ற போலீஸ்காரர்கள் எல்லோரும் அவனைப் பாராட்டப் பாராட்ட, சலனமே இல்லாமல் நின்றிருந்தான். கையோடு அரெஸ்ட் பண்ணி கூட்டிக்கொண்டு வந்த திருடனை, ஓரமாய் அமர வைத்தனர். வைத்த கண் வாங்காமல், அவரையே பார்த்துக் கொண்டிருந்தேன். தலைகுனிந்து ஓரமாய் அவர் அமர்ந்திருந்த சித்திரம் என் மனதை என்னவோ செய்தது. துக்கமும், ஆசுவாசமும் ஒருசேர

மேலெழும்பி மனதை ஆக்ரமித்திருந்தது. எஃப்.ஐ.ஆர் போட்டிருந்ததால், ''நகைகளை கோர்ட்டில் ஒப்படைத்தாக வேண்டும். சரிபார்த்து, எடை போட்டு, எங்கள் கஸ்டடியில் வைத்திருக்கிறோம், கோர்ட் மூலமாகப் பெற்றுக் கொள்ளுங்கள்'' என்றனர். ஸ்டேஷன் சம்பிரதாயங்கள் அனைத்தையும் முடித்துவிட்டு அனைவருக்கும் நன்றி சொல்லி, வெளியே வந்தபோது வானம் லேசாய்த் தூறிக் கொண்டிருந்தது. காலையிலிருந்து சட்சட்டென்று வண்ணமும் வடிவமும் மாறிய நிகழ்வுகள் அனைத்தும் கிளர்ந்து மேலெழுந்தது. ஒரு பெரும் உணர்வுக் குவியலாய் மாறிய அந்த நாள் வாழ்நாள் முழுக்க மறக்க முடியாத நாளாகிப் போனது. வீட்டிலிருந்த அனைவரும், நகை திரும்பக் கிடைத்த சந்தோஷத்தில் தூக்கத்தில் ஆழ்ந்திருந்தனர்.

தெருவிளக்கின் வெளிச்சத்தில், மின்னி மின்னிப் பூந்தூறலாய் உதிர்ந்து கொண்டிருந்த மழைத்துளி, மனதை லேசாக்கி விட்டிருந்தது. தெருவோரம் இருந்த அடர்ந்த மரத்தின் கரிய நிழலில் நானும் சுதிரும் மட்டும் நின்று கொண்டிருந்தோம். சுதிர் மெதுவாய்ப் பேசத் துவங்கினான். ''லொகேஷன் கண்டுபிடிச்சு போன பிறகு, மூன்று டீம்களாகப் பிரிந்து அங்கிருந்த ஒவ்வொரு கடையிலும் அவர் படத்தைக் காண்பித்து, இவரைத் தெரியுமான்னு கேட்டோம், வெகு நேரத் தேடலுக்குப் பின், ஒரு சலூன் கடையில், அவரைத் தெரியும்னு சொன்னாங்கம்மா. அவங்க சொன்ன வீட்டு அடையாளத்தை வைச்சு, வீட்டைக் கண்டுபிடிச்சு, கதவைத் தட்டினா, அவரோட மனைவி, குழந்தைகள்தான் கதவைத் திறந்தாங்க. விஷயத்தைச்

சொன்னவுடனே அவங்க முகம் வெளிறிப்போச்சு. குழந்தைகளுக்கு எதுவும் புரியலை. அவர் தண்ணி அடிச்சுட்டு, தூங்கிட்டு இருந்தார், முதலில் திருடவே இல்லைன்னு சொன்னவர், அதட்டிக் கேட்டவுடன் ஒப்புக் கொண்டார். ரெட்மீ ஃபோன்ல இருக்கற சிம்கார்டை அவருக்கு வெளிய எடுக்கத் தெரியல. அதனால அப்படியே விட்டுட்டார். நகையைக் கேட்டவுடன், சாமி படத்தைக் கைகாட்டினார். வரிசையா வைச்சிருந்த படங்களுக்குப் பின்னாடி பாத்தா, கொண்டு போன நகைகளை அப்படியே வச்சுட்டு, அதிலிருந்த பணத்தை மட்டும் செலவுக்கு எடுத்திருக்கார். நகைகள் எல்லாத்தையும் நான் அடையாளம் பார்த்துச் சொன்னவுடன், அவரால் மறுக்க முடியாம அமைதியா உக்காந்திருந்தார். போலீஸ் எல்லாத்தையும் விசாரிச்சு, நகையெல்லாம் எடுத்துட்டு அவரை ஜீப்பில் ஏற்றினார்கள். முதன்முதலில் இப்படி ஒரு காட்சியை நேரில் பாக்கறதால, மனசு என்னமோ போல இருந்துச்சு அவரை ஜீப்புல ஏத்தும்போது, அவரோட பசங்க இரண்டு பேரும், அப்பாவை விட்டுடுங்க, ப்ளீஸ்ன்னு கதறி அழுத போது மனசு என்னமோ ஆயிடுச்சும்மா. மிஞ்சிப்போனா பத்து வயசு, எட்டு வயசுக் குழந்தைங்க அவங்களுக்கு என்ன தெரியும்? என்ன பண்ணுவாங்க! படிப்பாங்களா? நிச்சயமா, அந்தக் குழந்தைங்க பக்கத்துல இருக்கிற ஏதாவது ஒரு கவர்மெண்ட் ஸ்கூல்லதான் படிப்பாங்க. மறுநாள் எப்படி அவங்க ஸ்கூலுக்கு போவாங்க அப்பா ஜெயிலுக்குப் போனவர் என்கிற அடையாளத்தை, அது தரும் காயத்தை, அவமானத்தை, அந்தக் குழந்தைகள்

காலமெல்லாம் சுமக்க வேண்டும், இல்லையா? ஜீப்பில திரும்பும்போது அவர் ஒரு வார்த்தை கூடப் பேசலை, நிச்சயமாய் அவர் செய்தது பெரிய தப்புதான். ஆனாலும், நிதானமாய் யோசிச்சுப் பாத்தா, நகை கிடைச்ச சந்தோஷத்தை விட பொறுப்பில்லாத அந்தத் தகப்பனோட செயல் மிகுந்த மன வேதனையைத் தருது. நீ எப்போதாவது, உன்னோட ஸ்கூல்ல இப்படிப்பட்ட எந்தக் குழந்தையையாவது பார்க்க நேர்ந்தா, கொஞ்சம் புரிதலோட பிரியமா நடந்துக்கம்மா! அந்தக் குழந்தைகள் முகம்தான் என் நெஞ்சில் மிதந்துகிட்டே இருக்கு.

இந்தக் களேபரங்கள் எல்லாம் முடிந்து, கொஞ்ச நாட்கள் கழித்து சில புத்தகங்கள், ஸ்வீட்ஸ், புது டிரஸ் என எடுத்துக்கொண்டு அவர்களைப் போய்ப் பார்த்துட்டு வரலாமான்னு யோசிக்கிறேன்மா. நான் இப்படி யோசிப்பது சரியா தவறா அப்படீன்னு எல்லாம் எனக்குத் தெரியலை ஆனாலும், இதோ இந்த நிமிடம் வரை அப்படித்தான் நினைச்சுட்டு இருக்கேன். சுதிர் பேசப் பேச வார்த்தைகள் தெளிவாய் வந்து விழுந்தன. மரங்கள், இலைகள் சலனமற்று இருந்தன. நானே பார்த்திராத என் மகனின் பிம்பம் அது. சுதிர் இப்படித் தீவிரமாய் யோசிப்பான் என அன்றுதான் எனக்குப் புரிந்தது. உரியவனுக்குப் போய்ச் சேராத கடிதத்தின் சொற்களைப் போல, இப்போதும் என்னைத் துரத்திக் கொண்டேயிருக்கிறது அந்த நிகழ்வு குறித்தான என் நினைவுகள். மூன்று மாதங்கள் கடந்து, என் வக்கீல் மூலமாக கோர்ட்டுக்கு வரச் சொல்லி அழைப்பு வந்தது. ஜட்ஜ் முன்பு ‘‘என்

நகைகள் முழுவதும் திரும்பக் கிடைத்து விட்டதால் கேசை வாபஸ் வாங்கிக் கொள்கிறேன்'' என்று சொன்னேன். ''யாராவது வாபஸ் வாங்கிக்கொள்ள நிர்ப்பந்தித்தார்களா?'' எனக் கேட்டார். மனதில் முண்டியடித்த நினைவுகளை, சிந்தனைகளை எல்லாம் துடைத்து விட்டு ''இல்லை'' என்றேன். அங்கிருந்த ரெஜிஸ்டரில் கையெழுத்துப் போட்டுவிட்டு, நகைகளைத் திரும்பப் பெற்றுக்கொண்டேன்! கடைசியாய் ஒருமுறை அந்தத் திருடனைத் திரும்பிப் பார்த்தேன். சூன்யத்தை வெறித்துப் பார்த்தபடி அமர்ந்திருந்தார். வக்கீல் அண்ணாவிற்கும், போலீஸ் இன்ஸ்பெக்டருக்கும் நன்றி சொல்லித் திரும்பிய பின்னரும், மனதில் அலையடித்துக்கொண்டே இருந்தது!

''பாபூ...

இந்த மழையில் நனைந்து கொண்டே

உன்னிடம் மட்டும்

சொல்வதற்கென்று

ரத்தம் வழியும் ஞாபகங்களைச்

சேர்த்து வைத்திருக்கிறேன் பாபூ!''

என்கிற பூமா ஈஸ்வரமூர்த்தியின் கவிதையொன்று நினைவுக்கு வந்தது. இதோ உங்களிடம் சொல்லிவிட்டேன் ஷைலு! அவமானமும், துயரமும், அழுகையும் படிந்த போலீஸ் ஸ்டேஷன், கோர்ட், சுவர்களைப் பார்க்கும்போதெல்லாம், ஏதேதோ நினைவுகள் வந்து மனதைக் கிளறி விடுகின்றன. மனிதர்கள் எங்கெங்கோ போய்விட்டார்கள். ஆனாலும், சில

நினைவுகளின் எச்சங்கள், நல்லதொரு மழை, வெளிச்சம் உமிழும் நகைக்கடை விளம்பரங்கள், எப்போதாவது நுழையும் போலீஸ் ஸ்டேஷன் ஆகியவை அவர்களைத் திரும்ப அழைத்துக் கொண்டு வந்துவிடுகின்றன!.

திருடனை மன்னித்து மறந்து விடுகிற மனதொன்றும் வாய்த்து விடவில்லைதான். ஆனாலும், சுதிர் சொன்னதைப் போல, என் வகுப்பில் அமர்ந்திருக்கும் எந்தக் குழந்தையையும் வார்த்தைகளால் காயப்படுத்தி விடக்கூடாதென எப்போதும் கவனமாய் இருக்கிறேன். அதிகாரத்தின் தொனி தீண்டாமல் என் குழந்தைகளின் குடும்பங்களையும் புரிந்து கொள்ள முயல்கிறேன். பொறுப்பற்ற ஒரு தாயின், அல்லது தந்தையின் அலட்சியம் தீண்டிய என் குழந்தைகளின் வாழ்வில் சிறு தென்றலாகவேனும் இருக்க வேண்டும் என்பதொன்றே எப்போதைக்குமான பிரார்த்தனையென நெஞ்சில் நிறைந்திருக்கிறது.

பெயரற்ற ஒரு துயரத்தைத் தந்த பெரும் அனுபவம் இது என்ற போதிலும், ஒரு சிறு மின்னல் நொடியென சுதிர் கூறிய வார்த்தைகள்தான் பெருவெளிச்சமாய் வாழ்வின் பாதை முழுவதும் வழிகாட்டிக் கொண்டிருக்கிறது!

பிரியங்களுடன்

முத்தரசி

சூரியத் துண்டுகள்

பிரியமுள்ள ஷைலுவுக்கு,

அரசி அன்புடன் எழுதுவது.

ஒரு திருமண வரவேற்பு நிகழ்வில் கலந்து கொள்ளச் சென்றிருந்தேன். பூக்களின் நறுமணமும், சந்தோஷமும், சிரிப்பும் நிரம்பிய மனித முகங்கள், வெட்கப் புன்னகை ததும்பும் மணமக்களின் முகங்கள் என திருமண மண்டபம் களைகட்டியிருந்தது, நிதானமாய் அனைவரையும் வேடிக்கை பார்த்துக் கொண்டிருந்தேன். மனித முகங்கள்தான் எத்தனை விதம்! முகம் தெரியா மனிதர்களை வேடிக்கை பார்ப்பது எனக்கு மிகப்பிடித்தமான காரியம். பிடித்தது, பிடிக்காதது, நல்லது, கெட்டது என எதையுமே நினைக்காமல் பலப்பல முகங்களைப் பார்ப்பது ஒரு பெரும் அனுபவம். திருப்தியாய் சாப்பிட்டு விட்டு, ஆட்டோவுக்காகக் காத்திருந்த போதுதான் அவரைப் பார்த்தேன். கார்ட்டூன் உருவமொன்றை உடல் முழுவதும் அணிந்து கொண்டு, திருமணத்திற்கு வந்திருக்கும் குழந்தைகளுக்கு விளையாட்டுக் காட்டியபடி, திருமண மண்டப

வாசலில் நின்று கொண்டிருந்தார். அவர் போட்டிருந்த பெரிய அங்கியைக் கழற்றச் சொல்லி, அடம் பிடித்துக் கொண்டிருந்தது ஒரு குழந்தை, முகமூடியைப் பிடித்து இழுத்தது மற்றொன்று. பொறுமையோடு அவர்களிடம் விளையாடிக் கொண்டிருந்தார். பெரியவர்கள் ஒவ்வொருவராய்க் கிளம்ப, குழந்தைகள் பிரியா விடை பெற்றுக் கொண்டிருந்தார்கள். குழந்தைகள் சற்று அசந்திருந்த நேரத்தில், சற்றுத் தள்ளி வந்து, ஒரு மறைவில், அணிந்திருந்த முகமூடியைக் கழற்றிவிட்டு, வியர்வை பொங்கி வழியும் முகத்தை அழுத்தித் துடைத்துக் கொண்டார். நான் அவரையே பார்த்துக் கொண்டிருப்பதைக் கவனித்தவர், மெலிதாய்ப் புன்னகைத்தார். "மூச்சு விடக் கஷ்டமா இருக்கா?" எனக் கேட்டேன். "பழகிடுச்சுங்க மேடம்" என்றார். பெயர் விசாரித்தேன். வினோத் என்றார். "எவ்வளவு நேரம் வரை இப்படி நின்னுட்டு இருக்கணும்? என்றேன் "வந்திருக்கிற விருந்தாளிகள், குழந்தைகள் எல்லோரும் கிளம்பிப் போன பிறகு பேசின பணம் கொடுக்கும் வரை இதைப் போட்டிருக்கணும்" என்றார். "ஏதாவது கொடுத்தா தப்பா நினைக்காம வாங்கிக்குவீங்களா?" எனத் தயக்கமாய்க் கொஞ்சம் பணத்தை நீட்டியபோது, சற்றுத் திகைத்து, பின் பெற்றுக் கொண்டார். காற்றில் கைகளை வீசியபடி, கண்கள் மட்டும் வெளிச்சத்தில் மினுங்கியபடி நின்றிருந்த அந்த முகமூடி முகத்தை, வீடு திரும்பிய பிறகும் வெகுநேரம் நினைத்துக் கொண்டிருந்தேன். முகமூடியே வாழ்க்கையாக மாறிப்போன ஒரு இதயத்தின் முகம், உண்மையில் என்னவாக இருக்கும் என்கிற கேள்வி குடைந்து கொண்டே இருந்தது.

புற முகமூடிகளைக் கூட எளிதில் கழற்றி வீசி எறிந்துவிட்டு வாழ்ந்துவிடலாம். ஆனால், மனதின் அக முகமூடிகளை வீசி எறிவது அத்தனை சுலபமானதா என்ன? பதவிக்கான முகமூடி, புகழ் சுமக்கும் முகமூடி, அதிகாரம் தெறிக்கும் முகமூடி, வீண் பெருமை தரித்த முகமூடி, ஈகோ சுமக்கும் முகமூடி எனப் பலப்பல முகமூடிகள் அணிந்து தொலைந்து போன நம் நிஜ முகங்கள் எத்தனை எத்தனை.

இந்த வெற்று அலங்காரங்களைத் தூக்கி எறிந்து விட்டு நம் சுய முகத்தை, அகத்தை அடையாளம் காணும் புள்ளிதான் நம் மனம் ஆசுவாசம் அடையும் இடம். தன்னை மீட்டெடுக்கும் ஒரு மனித மனதின் பயணம், அது பூக்களின் மேல் நடக்கும் மென்மையை ஒத்தது.

இந்த 'முகமூடி' எனும் விஷயம் சிதைக்கும் இதயங்கள் அநேகம். அதன் உச்சகட்டம் நம் வகுப்பறைகளில் எப்போதும் நிகழும் ஒன்று. ஆசிரியரின் 'அதிகாரம்' தீண்டாத குழந்தைகள் வெகு சிலரே. பெற்றோரின் ''குழந்தை என் உரிமை. நான் நினைப்பதைச் செய்யும் இயந்திரம்'' என்கிற அதிகாரம் மிகக் கொடூரமானவை. எந்த குழந்தையும் தன் தகப்பனின் ஊதியத்தைத் தன் நண்பனுடைய தந்தையின் ஊதியத்தோடு ஒப்பிடுவதில்லை. தன் தாயின் அன்பை வேறொருவரோடு ஒப்பிட்டுக் குறை கூறுவதில்லை. எல்லாக் குழந்தைகளும் தங்களுடைய ஆசிரியர்களின் அறியாமையை, அவர்கள் தரும் அவமானத்தை, புறக்கணிப்பின் வலியை மன்னித்துக் கொண்டே தான் இருக்கிறார்கள். ஆனால் ஒரு ஆசிரியரோ, பெற்றோரோ அவர்களுக்குத் திருப்பித் தருவதெல்லாம் என்ன? ஏதேதோ

முகமூடிகளுக்குப் பின் ஒளிந்து கொண்டு, ஒப்பீடு எனும் பழுக்க காய்ச்சிய கம்பியின் காயங்களையே தந்து கொண்டிருக்கிறோம்.

வெவ்வேறு காலகட்டங்களில், ஆசிரியர் எனும் முகமூடியை, நானே அறியாமல் என்னிடமிருந்து கழற்றிவிட்டு, என்னை ஆசுவாசமாய் உணர வைத்த குழந்தைகள் பலர். காலங்கள் மாறியபின்னரும், மாறாமல் இப்போதும் என்னுடன் பயணிப்பவர்கள்.

ஒரு மதிய வேளையில் ஸ்ரீஜா என்னிடம் வந்து 'டீச்சர், என்ன படிக்கிறீங்க?' என்றாள். படித்துக் கொண்டிருந்த பாலகுமாரனின் 'போராடும் பெண்மணிகள்' புத்தகத்தைக் காண்பித்தேன் "எனக்குத் தருவீங்களா? படிச்சிட்டுத் தரேன்" என கேட்டாள். "பிளஸ்டூ படிக்கிறியே இதெல்லாம் படிச்சிட்டு இருந்தா மார்க் குறைஞ்சிடும்னு ஊர் உலகமே திட்டுமே பரவாயில்லையாம்மா?" என்றேன் "மனசே சரியில்ல டீச்சர். வேற ஏதாவது ஒரு விஷயத்துல கவனத்தைத் திருப்பினால் கொஞ்சம் நிம்மதியா இருக்கும். அதுக்காகத்தான் டீச்சர்" என்றாள். நீர் கோர்த்திருந்த கண்களைப் பார்க்க மனது என்னவோ போல ஆகிவிட்டது. "என்னடா என்னாச்சு" என கேட்டவுடன் அவள் கூறிய விஷயங்களைக் கேட்கக் கேட்க மறுவார்த்தை பேச முடியாமல் திகைத்துப் போனேன்.

ஸ்ரீஜாவின் அப்பா விவசாயி. சொந்தமென இருப்பது வானம் பார்த்த இரண்டு ஏக்கர் பூமி. மெயின் ரோட்டில் இருந்து ஐந்து கிலோமீட்டர் தள்ளி உள்ளடங்கிய குக்கிராமத்தில்தான் பூமி இருந்தது. எப்போதாவது வரும் டவுன்பஸ் ஓரிரு நிமிடங்கள் நின்று போகும். பஸ் ஸ்டாப்பிலிருந்து கரட்டுக் காட்டின் வழியாக

ஐந்து கிலோமீட்டர் நடந்து போனால் மழை பொய்த்துப் போய் குத்துச்செடிகள் மண்டிய ஸ்ரீஜாவின் பூமியைப் பார்க்க முடியும். எப்போதாவது கிணற்றில் சுனை நீர் ஊறினால், வளர்க்கும் ஆடு மாடுகளுக்கு தீவனம் பயிரிடலாம். அவ்வளவுதான். இல்லையெனில், அந்தச் சோளத்தட்டைக் கூட விலைக்குத்தான் வாங்க வேண்டும். நகைகளை விற்று மண்ணில் போட்ட பணம் அனைத்தும் விழலுக்கு இறைத்த நீர் என வீணாகிப் போனது. கொள்வாரும் இல்லாமல் கொடுப்பாரும் இல்லாமல் வெறுமனே வறண்ட நிலத்தை பார்த்துக்கொண்டு நாள் முழுவதும் அமர்ந்திருக்கும் ஒரு விவசாயியின் துயரத்தை வார்த்தைகளில் சொல்லி விட முடியுமா? நான்கைந்து ஆடு மாடுகளும் சில கோழிகளும் உயிரைப் பிடித்து வைத்திருக்க உதவி செய்கின்றன.

மின்சார வசதி இல்லாத ஒற்றை அறையில் மாலை ஆறு மணியோடு அடங்கிப் போகிறது மொத்தக் குடும்பத்தின் வாழ்க்கை. அந்த வருடம் அதிசயித்துப் பெய்த மழையில் வாழை பயிரிட்டு பார்த்துப் பார்த்துத் தண்ணீர் பாய்ச்சி, அது வளர்ந்து குலை தள்ளி இருப்பதைப் பார்த்து சந்தோஷித்து. அறுவடைக்கு ஆளை வரச் சொல்லிருந்த சமயத்தில் தான் ஒரு இரவு முழுவதும் சுழன்றடித்த சூறைக்காற்றில் மொத்த வாழை மரங்களும் வேரோடு சாய்ந்து விட்டன. பெய்தும் கெடுத்து பெய்யாமலும் கெடுக்கும் மழையைச் சபிக்க முடியுமா? போகிற போக்கில் அத்தனையையும் வாரிச் சுருட்டிக் கொண்டு போகிற காற்றைத்தான் என்ன செய்து விட முடியும்?.

மீட்டெடுக்கவே முடியாத துயரத்தின் விளிம்பிலிருந்துகொண்டு பொங்கும் அழுகையினூடாக ஸ்ரீஜா

பச்சையும் சிவப்புமாய் ஒரு பாதாம் மரம் 64

பேசியதை இன்று நினைத்தாலும் மனது வலிக்கிறது "கரண்ட் இல்லாமல் எப்படிப் படிப்பே ஸ்ரீஜா?" என்று கேட்டால், "மெழுகுவர்த்தி வெளிச்சத்தில் டீச்சர்" என்றாள். சொல்லவே முடியாத துயரங்களோடு ஒரு வகுப்பறையில் நம் முன் குழந்தைகள் அமர்ந்திருக்கலாம் என அன்று எனக்குப் புரிந்தது. அதன்பின் நாங்கள் இருவரும் நிறைய வாசித்தோம். வாசித்ததை விவாதித்தோம். படிப்பையும் அவ்வப்போது கவனித்துக் கொண்டோம். வாசிப்பின் பெருமழை அவளுக்குள் பெய்யப் பெய்ய துளிர்க்கத் துவங்கினாள் ஸ்ரீஜா.

உயிருக்கென ஓடும் ஒரு சிறு உயிரை, உணவுக்கென ஓடும் ஒரு பெரு உயிர் எப்போதும் ஜெயிக்க முடியாது. வாழ்வின் மேல் விரக்தி ஏற்படாமல் பிரியம் ஏற்படுவது இல்லை. என்றேனும் ஒரு நாள் துயரத்தின் இரவு விடியத்தானே வேண்டும் என்பது புரிந்த போது ஸ்ரீஜா தீவிரமாய்ப் படித்தாள். பிளஸ் டூவில் நல்ல மதிப்பெண்களோடு தேர்ச்சி பெற்றாள். பிளஸ் டூ முடித்தவுடன் மாணவர்களின் மேற்படிப்பிற்காக, பல்வேறு கல்லூரிகளில் வாசலைத் தட்ட அவளுடன்தான் கற்றுக் கொண்டேன். மேற்படிப்பு குறித்த தெளிவை உருவாக்க ஓர் ஆசிரியரின் துணை அரசுப் பள்ளிக் குழந்தைகளுக்கு எவ்வளவு முக்கியம் என புரிந்த தருணங்கள் அவை.

நல்ல கல்லூரியில் இளங்கலை இயற்பியல் படிக்க இடம் கிடைத்தது. கல்லூரியிலும், ஹாஸ்டலிலும் மூன்று வருடத்திற்கான மொத்தத் தொகையையும் கட்டிவிட்டு, ஹாஸ்டல் அறையில் அவளுடைய பொருள்களை எல்லாம் வைத்துவிட்டு பரந்து விரிந்திருந்த பெருமர நிழலில் ஆசுவாசமாக அமர்ந்தோம்.

தகிக்கும் கோடையில் கூட, வெப்பத்தின் தாக்கம் ஏதும் இன்றி தளிர்ப் பச்சை இலைகளும், செந்நிற மலர்களுமாய் மணம் பரப்பி நின்ற அம்மரம், தன் மலர்களை உதிர்த்தபடி, எங்கள் மௌனத்தை வேடிக்கை பார்த்துக் கொண்டிருந்தது. வேறு ஏதாவது வேணுமா ஸ்ரீஜா? என்றேன். சுய இரக்கத்தில் அழாமல், நெகிழ்ந்து வார்த்தைகளைக் கொட்டாமல், தீர்க்கமாய் என் கண்களைப் பார்த்தபடி பேசினாள். ‘‘ஆமாம்மா, எனக்காக நீங்க ஒரு விஷயம் செய்யணும். ஸ்கூல்ல சின்னதா ஒரு லைப்ரரி வைங்கம்மா. உங்க பிள்ளைகளை வாசிக்கச் சொல்லுங்க. வாழ்க்கை முழுதும் தொடரும் துன்பத்துக்கு யார் ஆறுதல் கூற முடியும்? புத்தகங்கள் தான் ஏதேனும் ஒரு எழுத்து, ஒரு வார்த்தை, ஒரு சிந்தனை அவர்களுடைய வாழ்க்கையை மாற்றலாம், என்னுடையதை போல இல்லையம்மா?’’ என்றாள்.

இது ஏன் எனக்குத் தோன்றாமல் போனது என என் மனசாட்சி அன்று என்னை உலுக்கிய கேள்விகளுக்கு என்னிடம் பதில் இல்லை.

‘வாசிப்பு’ நான்கு எழுத்துகளில் அடங்கும் ஒரு மகத்தான பெருவாழ்வு. அது ஒன்றுதான் மனித மனங்களின் மாண்பை, மனதிற்கு பெரும் விசாலத்தைப் பரிசளிக்கிறது. கூட்டுப் புழு மனதைச் சிறகு விரிக்க வைக்கிறது. மானுடத்தின் எல்லாப் பாதைகளையும் மனிதநேயத்தை நோக்கி மட்டுமே நடத்துகிற ஒரு பேராசான் வாசிப்பு மட்டுமே. தன்னிடம் படிக்கும் குழந்தைகளுக்கு வாசிப்பின் ருசியை உணர்த்தாதவர்கள், ஆசிரியராக இருப்பதற்கே தகுதியற்றவர்கள் என்று உணர்த்தாத

ஆளுமைகளே இல்லை. ஆனாலும், பெரும்பாலான பள்ளிகளில் சிலந்திக் கூடுகள் அடைந்திருக்கும் இடங்கள் நூலகங்களாகவே தான் இருக்கின்றன என்பதுதான் பெரும் சாபக்கேடு. வாசிப்பை ஒரு எல்லைக்குள் நிறுத்தியிருந்த என் பிம்பத்தை மாற்றியவள் ஸ்ரீஜா. பள்ளியில் நல்ல நூலகம் அமைப்பதை ஒரு ஆசிரியராக நான் முன்னெடுக்க முடியுமா என்கிற என் மனத்தடையை உடைத்து எறிந்தவள் ஸ்ரீஜா தான்.

சுண்ணாம்பு உதிர்ந்து. காரை பெயர்ந்து குண்டும் குழியுமாகக் கிடந்த அறையைத் தேர்ந்தெடுத்தோம். முழுமையாய் வெள்ளையடித்துத் தரையைக் கொத்திப் பூசி பிள்ளைகள் அமர்ந்து படிக்க ஏதுவாய் மென்மையான தளம் அமைக்கப்பட்டது. பழைய புதிய புத்தகங்கள் அனைத்தும் ஒன்றாய்க் கொட்டப்பட்டு, தரம் பிரிக்கப்பட்டு, புத்தம் புதிதாய் வந்திறங்கிய அலமாரிகளில் அடுக்கப்பட்டன. நண்பர்களின் நிதி உதவியும் எங்கள் பள்ளி ஆசிரியர்கள் உழைப்பும் கலந்து வெளிச்சமும் வாசனையுமாய் ஒரு நூலகம் கண் முன்னே பிரம்மாண்டமாய் எழுந்து நின்ற போது கண்கள் பனித்து நெஞ்சம் நிறைந்து போனது. வாசிப்பின் ருசி அறிந்த முகத்தில் வியாபித்திருக்கும் புன்னகையொன்று அறை எங்கும் மிளிர்ந்திருந்ததைப் போல எனக்குள் தோன்றியது. இது போதாதென்று, என் இயற்பியல் ஆய்வகத்தின் ஒரு பகுதியையும் நூலகமாக மாற்றி அமைத்திருக்கின்றேன். கவிதைத் தொகுப்புகள், கட்டுரைகள், அறிவியல் சிந்தனைகள், கதைகள், சுயசரிதைகள் என பலவாறு அடுக்கி வைத்திருக்கிறேன். விரும்பும் புத்தகத்தை எடுத்துப் படிக்க என் வகுப்பில்

பிள்ளைகளுக்கு முழு உரிமை உண்டு.

ஏசி, ஜெனரேட்டர் பற்றி நடத்திக் கொண்டிருந்த ஒரு நாளில் மழை பெய்யத்துவங்கியபோது பாடத்தை விட்டுவிட்டு மழையை வேடிக்கை பார்த்துக் கொண்டிருந்தோம். அப்பழுக்கற்றுப் பெய்த அன்றைய மழை, ஏதோ ஒரு குழந்தையின் விரல் வழிக் கவிதையாய் மாறி, வெள்ளைத் தாளில் நீலப் பூக்களாய் மலர்ந்திருந்த தருணம் இன்னமும் என் மனதில் அசைந்தாடிக் கொண்டிருக்கிறது. சிதம்பர நினைவுகள், சுஜாதாவின் அறிவியல் உலகம், பாலகுமாரனின் கட்டுரைகள், பாக்கியலட்சுமியின் சுயசரிதை, கதை கேட்கும் சுவர்கள் என என் குழந்தைகள் படிப்பவை பலதரப்பட்டவை. என்றேனும் ஒருநாள், யாராவது ஒரு மாணவன் தன் ஆன்மாவை, வாசிப்பின் வழியாகக் கண்டடைவான் என நான் எப்போதும் நம்புகிறேன்.

பாப்லோ நெருடாவையும் கலீல் ஜிப்ரானையும் எஸ்ராவையும் யானை டாக்டரையும் நான் எடுத்தாள்வதில் என்ன பெருமை இருக்க முடியும்? என் பிள்ளைகளை அந்த உயரத்தை எட்ட வைப்பதுதானே என் பணியின் அறமாக இருக்க முடியும்?

என் வகுப்பறையை அதன் நான்கு சுவர்களைத் தாண்டி எங்கெங்கோ பயணிக்க வைக்க பெரும் உந்துதலாய் இருந்த ஸ்ரீஜாவுக்கு, அவள் கல்லூரி வாழ்க்கை, இயற்பியல், இலக்கியம், வாசிப்பு, வாழ்வியல் எனப் பல புதிய வாசல்களை விரியத் திறந்து வைத்தது. தன் வாழ்வு குறித்த தாழ்வு மனப்பான்மையோ கழிவிரக்கமோ கொள்ளாமல் நிகழ்காலக் கணங்களில் வாழப் பழகியிருக்கிறாள். இயற்பியலில் முதுகலை முடித்து இயற்பியல் ஆசிரியராகப் பணிபுரிகிறாள். அவளுடைய முதுகலைப்

பட்டமளிப்பு விழாவில் பெற்றோராக நான்தான் கலந்து கொண்டேன். எனக்கும் ஸ்ரீஜாவுக்குமான நாட்கள் எல்லாம் காலத்தின் பக்கங்களில் பதிந்து போன அழகியல் சித்திரங்கள்.

ஸ்ரீஜாவின் துயர் நிஜம். தன் உழைப்பினால் அவள் அதனை ஜெயித்தது நிஜம். இதில் நான் என்ன செய்தேன் எனத் தள்ளி நிற்கும் மனநிலையை எனக்கு அருளிய அந்த இயற்கைக்கு நன்றி சொல்லி நான் நிமிர்ந்த ஒரு தருணத்தில், கையில் முதுகலை இயற்பியல் டிஸ்டிங்ஷன் பட்டத்துடன் சந்தோஷக் கண்ணீர் கோர்த்த கண்கள் மலர்ந்து என் எதிரே ஸ்ரீஜா நின்ற அந்தக் கணம் அற்புதமானது!

ஒரு சிறு மின்னல் நொடிதான், ஒரு வார்த்தைதான் நம் வாழ்வின் போக்கையே எப்படி மொத்தமாய் மாற்றி விடுகிறது!

என் முன்னே அமர்ந்திருந்த பதினொன்றாம் வகுப்பு மாணவர்களிடம் அவர்களின் குறிக்கோள் பற்றிப் பேசச் சொன்னேன். ஒவ்வொருவரும் தனக்குத் தெரிந்த வகையில் ஏதேதோ சொன்னார்கள். ஒருவன் மட்டும் எழுந்தவுடன் ''பிளஸ் டூவில் மாநிலத்தின் முதல் மாணவனாய் வர வேண்டும் என்பதுதான் என் குறிக்கோள்'' என்றான். நாம் முற்றிலும் எதிர்பார்க்காத உணர்வுகளையும் கோணங்களையும் உள்ளடக்கியதுதான் வகுப்பறை. சின்னச் சிரிப்போடு அந்த பதிலைக் கடந்து போனேன். ஆனால் அடுத்தடுத்து நடந்த தேர்வுகள், காலாண்டு, அரையாண்டு முடிவுகள் அனைத்தையும் காணும்போது மிக நிச்சயமாக தவிர்க்க முடியாத மாணவன் அவன் என புரிந்தது. அந்த வருட முடிவில் அவனிடம் மறுபடியும் கேட்டேன், ''உன் கனவைப் பற்றிச் சொல்லு பார்ப்போம்'' என.

களையான முகம், நெற்றியில் மெல்லிய சந்தனத் தீற்றல், முகத்தில் எப்போதும் ஒட்டியிருக்கும் சிரிப்பு என மல்லிகார்ஜுனன் துருதுருவென இருந்தான். ''பேர் வாங்கணும்னு ஸ்டேட் ஃபர்ஸ்ட் ஆகணும்னு சொல்லல மிஸ். நிஜமாகவே நல்லா படிக்கணும். நல்ல காலேஜ்ல படிச்சு நல்ல வேலைக்கு போகணும். அம்மா அப்பாவுக்கு நல்ல வீடு கட்டணும்'' அவன் சொல்லிக்கொண்டே போகையில் நான் அவன் கண்களைப் படித்துக் கொண்டிருந்தேன். அதில் துளியும் பொய்யில்லை ''கடமையை சரியா செய்வோம் பலன்களைப் பிறகு பார்ப்போம், சரியா? ஜாலியா படிப்போம் மல்லிகார்ஜுனா'' என்று சொல்லி அனுப்பி வைத்தேன். மல்லிகார்ஜுனனைப் போலத் தன்னியல்பிலேயே மிக நன்றாக படிக்க வேண்டும், என நினைக்கின்ற அரசுப்பள்ளி மாணவர்கள் அமைவது வெகு அரிது. அவர்களது வாழ்க்கைச் சூழல் மிகப்பெரும் கனவுகளைக் காண அனுமதிப்பதில்லை. அதனால் அவர்களைக் குறை கூற முடியாது. மல்லிகார்ஜுனன் குடும்பம், மிகச் சாதாரணமானது தான். அவன் அப்பாவும், அம்மாவும் கூலிக்குத் தறி ஓட்டுபவர்கள். பிள்ளை என்ன குரூப் படிக்கிறான், படித்தால் என்ன வேலைக்குப் போக முடியும் என்பதெல்லாம் எதுவுமே அறியாதவர்கள். கண் அசராமல் படிக்கும் பிள்ளைக்கு காபியோ, டீயோ போட்டுத் தருவது, நேரத்திற்கு சாப்பாடு செய்து தருவதொன்றே அவன் அம்மாவின் வாழ்நாள் இலட்சியம். பின்னிரவுகள் வரை நீளும் அவனுடைய படிப்புக்காக, அவன் படிக்கும் வரை, அந்த ஒற்றை அறையில் ஒரு மூலையில் தறி ஓட்டிக் கொண்டிருப்பார் அவன் தந்தை.

அவர்களுக்குத் தெரிந்ததெல்லாம், தன் பிள்ளையின் செயல்களில் உடன் நிற்பது மட்டுமே. எந்த ஒப்பீடுகளும் அவர்களுக்கு இல்லை. மதிப்பெண்களை நோக்கிய துரத்தல்கள் இல்லை. அவன் பெற்றோரிடம் பேசும்போதெல்லாம் அவர்கள் சொல்லும் ஒரே வார்த்தை ''பிள்ளைக்கு என்ன பிடிக்குதோ, அதைச் செய்யட்டும்'' என்பதாக மட்டுமே இருந்தது. படித்த பெற்றோரிடம் கூட இல்லாத நிதானமும் தெளிவும் அவர்களிடமிருந்தன.

மல்லிகார்ஜுனன் மிக நன்றாகப் படித்தான் என்பதெல்லாம் வெறும் வார்த்தை. கவனம் சிதறாத உழைப்பு, நேரம் பிசகாமல் செய்து முடிக்கும் பாங்கு, திரும்பத் திரும்பத் தன்னைக் கூர்மைப்படுத்திக் கொள்ள எடுத்துக் கொள்ளும் முயற்சி, தேடித் தேடிப் படிக்கும் தன்மை, எல்லாவற்றுக்கும் உச்சமாய், எப்போதும் அவனுடன் துலங்கும் சிரிப்பும் பணிவும் என கருவிலேயே திருவான குழந்தை.

பள்ளி நாட்களில், அவனுக்கெனத் தனியே நேரம் ஒதுக்க முடியாமல் போனதால், ஞாயிற்றுக்கிழமைகளில் அவனுக்காக மட்டுமே அவன் வீட்டிற்குச் செல்வேன்.

காலை முதல் மாலை வரை, இயற்பியலை அதன் ஆழ அகலங்களோடு, வெகு சுவாரசியமாய்ப் படித்த நாட்கள் இன்னும் மனதில் நிழலாடுகிறது. எந்த அடிப்படை வசதியும் இல்லாமல், வீட்டு முற்றத்தில் உள்ள ஒரு கொய்யா மர நிழலில் அமர்ந்து கொண்டு, வெறும் தண்ணீரைக் குடித்துப் பசியாறிப் படித்துக்கொண்டே தனக்கான பெரும் கனவைச் சுமந்து கொண்டு ஓடும் ஓட்டத்தைப் போல துயர் தருவது வேறொன்றில்லை.

ஆனாலும் படிப்பதொன்றே சுகமாகிப் போனது அவனுக்கு. அதனாலேயே மதிப்பெண் குறித்த எதிர்பார்ப்புகள் குறைந்து போனது. வாழ்க்கை ஒன்றைக் கொண்டுதான் இன்னொன்றைச் சமன் செய்கிறது. அன்பை நம்பிக்கையில் சமன் செய்கிறது. துயரங்கள் பக்குவத்தைத் தருகிறது. சந்தோஷம் பகிர்தலைத் தருகிறது. பற்று அறுத்தல் விடுதலையைத் தருகிறது. கடும் உழைப்பு எதிர்பார்ப்பைக் குறைக்கிறது. ஆனால் இந்த ஞானமெல்லாம் வருவதற்குள் ஒரு வாழ்க்கை முடிந்து விடுகிறது. மல்லிகார்ஜுனனுக்கான என் பிரார்த்தனை, நல்ல மதிப்பெண்கள் அல்ல, நல்ல கல்லூரியும், பின்னர் அமையும் வேலை வாய்ப்பும்தான். தேர்வுக் காலங்களில் அவனைக் காண முடியவில்லை. ப்ளஸ் டூ தேர்வு முடிவுகள் வெளியானது நினைத்ததைப் போலவே தமிழகத்திலுள்ள அனைத்து அரசுப்பள்ளி மாணவர்களில் முதல் இடத்தைப் பிடித்திருந்தான் மல்லிகார்ஜுனன். தனியார் பள்ளி மாணவருக்கும் அவனுக்குமான மதிப்பெண் இடைவெளி மிக மிகச் சொற்பம். ஆனால் இந்த இடைவெளியில் இட்டு நிரப்ப முடியாத போராட்டம் என் பிள்ளைக்கு இருந்தது.

அப்போதெல்லாம், தேர்வுகளே திருவிழா போல நடக்கும். ரிசல்ட் அதன் உச்சம். திருவிழாவில் தேரோட்டத்தை ஊரே மெய்மறந்து பார்ப்பதைப் போல, மாநிலத்திலேயே முதல் மதிப்பெண் வாங்கிய மாணவர்களை அத்தனை செய்தித்தாள்களும், டிவி சேனல்களும் கொண்டாடிக் கொண்டிருக்கும்.

செய்தித்தாள்களில் வந்த தங்கள் ஃபோட்டோக்களைச்

சேமித்து வைத்திருப்பவர்கள் இன்னமும் இருக்கின்றார்கள். தேர்வு முடிவுகள் வெளியானதில் இருந்தது, தினமும் மல்லிகார்ஜுனனின் ஃபோட்டோவும் வரும் என ஆர்வத்துடன் ஒவ்வொரு செய்தித்தாளையும் ஆர்வத்துடன் பார்ப்பேன். ஏமாற்றமே மிஞ்சியது. அனைத்து அரசுப் பள்ளி மாணவர்கள் மதிப்பெண்ணையும் ஒப்பிட்டுப் பார்த்து, பின் அவன்தான் முதல் மதிப்பெண் எடுத்திருக்கிறான் என எங்களுக்கு அரசுத் தரப்பிலிருந்து தகவல் வந்து, பிறகு நாங்கள் தினசரி நாளிதழுக்குச் சொல்லி அனுப்பி, ஒருவழியாய் நியூஸ் பேப்பரில் மூன்றாம் பக்கத்தில், ஒரு சிறிய கட்டத்தில் அவன் பெயர் வந்த போது, ஒரு வாரம் கடந்திருந்தது. அவனுடைய உழைப்பிற்கான அங்கீகாரம் கிடைக்காமல் போனது பெரும் ஏமாற்றமும் வேதனையுமாய் இருந்தது. நான்கு நாட்கள் கழித்து மல்லிகார்ஜுனனைப் பார்த்தபோது, சந்தோஷமாய் இனிப்பைக் கொண்டு வந்து தந்துவிட்டு, ''நல்ல காலேஜ்ல அட்மிஷன் கிடைக்குமில்ல மிஸ். டென்ஷனா இருக்கு'' என்றான். அதெல்லாம் நிச்சயம் கிடைக்கும். ஸ்டேட் ஃபர்ஸ்ட் வாங்கியிருக்கே பேப்பரில் உன் பெயர் வரலையேன்னு ஏமாற்றமா, வருத்தமா இல்லையா'' என்று கேட்டேன். ''அதெல்லாம் நான் யோசிக்கவே இல்லை மிஸ். என் சந்தோஷத்துக்காகப் படிச்சேன். நினைச்ச மார்க் வாங்கியிருக்கேன். அடுத்து என்ன பண்ணனும்னுதான் யோசிச்சுட்டு இருக்கேன். இந்த வெற்றி தரும் உற்சாகத்தையும், அனுபவத்தையும் வைத்து நான் இன்னும் வெகுதூரம் பயணிக்க வேண்டும். அவ்வளவுதான் மிஸ்'' என்றான். புன்னகை மாறாமல்

முத்தரசி

நிதானமாய்ப் பேசிய அவன் முகம் இன்னமும் நினைவிலிருக்கிறது.

"தோல்வி என்பது கண்ணீர், அதைக் கூட எளிதாக விழுங்கி விடலாம். ஆனால் வெற்றி என்பது மது, அது தரும் போதையில் தள்ளாடாமல் இருப்பதுதான் பெரிது" என்ற வைரமுத்துவின் வரிகள் சட்டென மனதில் வந்து நின்றது.

இலட்சங்களைக் கொட்டி அட்மிஷன் வாங்க வரிசையில் காத்திருக்கும் புகழ் பெற்ற தொழில் நுட்பக் கல்லூரியில், சிறப்புச் சலுகை திட்டத்தின் கீழ், மாநிலத்தின் முதல் மாணவனாக இருந்த காரணத்தால், எந்தக் கட்டணமும் இல்லாமல் மேற்படிப்பு படிக்க அட்மிஷன் கிடைத்தது. முதல் ஆண்டிலேயே முதல் ஐம்பது மாணவர்களுள் ஒருவனாக அவன் தன்னை நிலைநிறுத்திக் கொண்ட போதும், அடுத்தடுத்த ஆண்டுகளில் முதல் பத்து இடங்களில் ஒருவனாக இடம் பெற்ற போதும், கல்லூரி வளாக நேர்முகத் தேர்வில் முதலில் தேர்வு செய்யப்பட்ட போதும், புகழ்பெற்ற ஒரு தொழில் நுட்ப நிறுவனத்தில் பணி கிடைத்து, நியமனக் கடிதம் வாங்கிய போதும், மல்லிகார்ஜுனன் எனக்குத் திரும்பத் திரும்பக் கற்றுத் தந்த பாடம், "விரும்பிச் செய்கிற விஷயங்களுக்கு விளம்பரமும் புகழும் தேவையற்றவை" என்பதுதான்.

"நீங்க சொல்லித் தந்த விஷயங்களிலேயே என் மனசுக்கு நெருக்கமான விஷயம், செய்வன திருந்தச் செய் என்பதுதான் மிஸ், செயல் மட்டும்தான் என்னுடையது என்பதை எப்போதும் நினைவில் நிறுத்தியிருக்கிறேன். எந்த ஒரு செயலிலும் ஒரு முழுமையைத் தர முயல்கிறேன். என்னோட எப்பவும் இருங்க

மிஸ்'' என்று சொல்லிவிட்டு மெல்லிய மழைத் தூறலினூடே அவன் கடந்து சென்றதை கண்கள் மறையும் மட்டும் பார்த்துக் கொண்டிருந்தேன். ஒவ்வொரு செமஸ்டர் லீவிலும் என்னைத் தேடி வந்து, காத்திருந்து பார்த்துவிட்டுப் போன மல்லிகார்ஜுனனை நினைக்கும் போதெல்லாம், ''பெருமையடையாதே! பௌர்ணமியின் முழு நிலவும் அந்த ஒரு நாள் இரவுக்கு மட்டும்தான்'' என்கிற ஜென் தத்துவம் மெல்லிய பூவாய் நினைவில் மிதந்து வரும். பல நேரங்களில் துயரத்தின் ஆழத்திற்கு என் மனம் சென்று விடும் போதெல்லாம், அதிர்வுகளற்ற தொடுவானத்தின் எல்லைக்கு என்னை அழைத்துச் சென்று சாந்தப்படுத்தும் அவனுடைய சந்தன ஒளி நிரம்பிய புன்னகையை எனக்கெனச் சேமித்து வைத்திருக்கிறேன்.

ப்ளஸ் டூ படிக்கும் பதினாறு வயதுக் குழந்தைகளிடம் நாம் கற்றுக் கொள்ள என்ன இருக்கிறது என அலட்சியமாக நினைத்துக் கொள்கிறோம் எப்போதும்.

பரந்து விரிந்திருக்கும் கடலின் பிரம்மாண்டம் பார்த்து மணிக்கணக்கில் நின்றாலும், பாதம் தழுவிச் செல்லும் அலைகளின் குறுகுறுப்பு சில நொடிகள்தான். ஆனாலும், அந்தச் சில நொடிகள் தரும் நினைவுகளின் சுகந்தத்தை அந்திமம் வரை சுமக்கிறோமே, எதனால்?

அதிகாலையில் தன் முகம் மறைத்துத் துயில் எழுப்பும் குயிலின் குரல் இனிமைக்கு அந்த நாளையே ஒப்புக் கொடுக்கும் கணத்தில், குயிலை அற்பப் பறவையென்றா நினைக்கிறோம்?

பெரும் விருட்சம் என்றாலும், நீருற்றியபின் முதலில் உயிர் பிடித்து வருவது, துளிர் இலைகள்தான். அந்தத் துளிரில் பூப்பது நமக்கான நம்பிக்கையின் வெளிச்சக் கீற்றுகளும்தான் இல்லையா?

அறிவில் சிறிதென்ன, பெரிதென்ன?

தழல் வீரத்தில் குஞ்சென்ன, மூப்பென்ன?

முகமூடிகளும், போலித்தனங்களும், பொறாமையும், அதிகாரமும் வெற்று விளம்பரங்களும் விரவிக் கிடக்கின்ற இந்தச் சமூகத்தில் என் பாதையை வெளிச்சமாக்க, சில எளிய இதயங்கள் போதுமாய் இருக்கின்றன ஷைலு.

ஒருநாளும் நேற்றைக்குள் நுழையவே முடியாத எனக்கு, நாளைக்குள் கால் பதிக்கக் கற்றுத் தரும் என் மாணவர்களிடம் எந்த ஈகோவும் இல்லாமல், முகமூடிகளின்றி, எதிர்காற்றுக்கு முகத்தைத் தந்து பயணிக்கும் இந்தப் பயணம் எத்தனை சுகமாய் இருக்கிறது.

கற்றுக் கொடுத்த பிள்ளைகள் வேறு ஏதேதோ உலகங்களுக்கு கடந்து போய்விட்ட பின்னரும், தன் முகத்தால், செயல்களால், குரலால், சாயல்களால், நினைவுகளால் என் வாழ்வின் அத்தனை வெற்றிடங்களையும் நிரப்பிக் கொண்டேயிருக்கும் அவர்களைச் சுமந்து கொண்டு நான் இன்னமும் அங்கேயே நின்று கொண்டிருக்கிறேன்.

இன்னுமொரு கடிதத்தில் விரைவில் சந்திக்கிறேன் ஷைலும்மா.

பிரியங்களுடன்

அரசி

நதிமேல் பொழியும் மழை

அன்புள்ள ஷைலுவுக்கு,

எப்படி இருக்கிறீர்கள்? நன்றாக இருக்க வேண்டுமென எப்போதும் போல இப்போதும் நினைத்துக் கொள்கிறேன், அதற்காக பிரார்த்தித்துக் கொள்கிறேன்.

கடந்த வாரம் சென்னை சென்றிருந்தேன். தனியார் தொலைக்காட்சியிலிருந்து தமிழகம் முழுவதும் சிறப்பாகச் செயல்படும் இருபது ஆசிரியர்களைத் தேர்ந்தெடுத்து, அவர்களுக்கு சென்னையில், பல ஆளுமைகள், பெற்றோர், நண்பர்கள், உறவினர் முன்னிலையில் நடந்த விழாவில் ''வழிகாட்டி விருது'' அளிக்கப்பட்டது. தேர்ந்தெடுக்கப்பட்ட இருபது பேரில் நானும் ஒருத்தி. விருது அறிவிக்கப்பட்ட நிலையில் சென்னையிலிருந்து ஒரு குழு வந்து, பள்ளியை, மாணவ மாணவிகளை, தலைமை ஆசிரியரை, சக ஆசிரியர்களைச் சந்தித்து, தகவல்கள் சேகரித்துக் கொண்டனர். ப்ளஸ்டூ மாணவர்களை அவர்கள் வகுப்பில் சந்தித்துக் கேட்டறிந்து, வீடியோ எடுத்துக் கொண்டனர். தலைமையாசிரியர்,

உதவித் தலைமையாசிரியர், உடன் பணிபுரியும் ஆசிரிய நண்பர்கள் என பேட்டியின் பட்டியல் நீண்டு இருந்தது. மகன் சுதிரும் அதில் என்னைக் குறித்துப் பேசியிருந்தான். வெறும் ஐந்து நிமிடக் காணொலிக்காக டிவி சேனலிலிருந்து நிறைய மெனக்கெட்டுத் தகவல்கள் சேகரித்திருந்தனர். மழைக்கால மாலை ஒன்றில் சென்னையில், விழா அரங்கில் குறும்படம் காட்டப்பட்டது. பள்ளிக் குழந்தைகளுக்காக, தனித்துவமாகச் செயல்பட்ட ஆசிரியர்களுக்கான சிறப்பு வழிகாட்டி விருது வழங்கப்பட்ட போது, ஏதேதோ குழந்தைகளின் முகங்கள் நினைவில் மின்னி மறைந்து போயின. மனதிற்குப் பிடித்த ஆசிரிய நண்பர்களின் முகங்கள் தோன்றி மறைந்தன. இந்தப் புகழ் வெளிச்சம் படாமல், எங்கோ ஒரு மூலையில் தன் வகுப்புக் குழந்தைகளுக்காகப் பாடுபட்டுக் கொண்டிருக்கும் அவர்களின் குரல் என் மனதை நிறைத்திருந்தது. விழா மேடையில் ஏதேனும் ஓரிரு வார்த்தைகள் பேசும்படி கேட்டுக் கொண்டனர்.

எந்தக் காற்றுக்கும் அசங்காது, சிறப்பாகப் பணிபுரிந்து, தன்போக்கில் ஒளிர்ந்து கொண்டிருக்கும் தன்னலமற்ற ஆசிரியர்களுக்கும், என்னை இந்த விருதுப் புள்ளிக்கு உயர்த்திய என் குழந்தைகளுக்கும் என் விருதைச் சமர்ப்பிப்பதாகக் கூறினேன். நல்லதொரு விருந்துண்டு, புகைப்படங்கள் எடுத்துக் கொண்டு விருதைச் சுமந்து ஊர் திரும்பும்போது, ஏதேதோ எண்ணங்கள் மனதில் கிளர்ந்து எழுந்து கொண்டிருந்தது.

'ஆசிரியர்' - இந்த வார்த்தைதான் எத்தனை மகத்தானது! காலங்கள் தாண்டி இந்தச் சமூகம் நம்பிக்கை வைத்திருக்கும் ஒற்றைச் சொல். அப்பழுக்கற்ற பிரியங்கள், சரிகைத்தாளில்

சுற்றப்பட்ட பேனாக்கள், பல்வேறு விழாக்கால நினைவுகள், பிறந்த நாள் சாக்லேட்டுகளின் தித்திப்புகள், தேர்வுக் கூடப் பிரார்த்தனைகள், மதிப்பெண்களின் வாசனைகள் ஆகியவற்றையெல்லாம் காலம் காலமாகச் சுமந்து திரியும் கோட்டோவியங்கள் தானே 'டீச்சர்' என்பவர்கள். மனிதர்கள் வளர்ந்து ஆளாகிய பின்னரும், தங்களின் பால்ய நினைவுகளின் சுவடுகளைத் தத்தம் டீச்சர்களிடமே மீட்டெடுக்கிறார்கள். "உங்களுக்கு ஞாபகம் இருக்கா டீச்சர்?" எனக் கண்கள் விரியக் கதை சொல்லும் கணத்தில், ஒவ்வொரு மனிதனும் தான் கடந்து வந்து விட்ட காலம் எனும் நதியில் பின்னோக்கிப் பயணிக்கிறான். ஆறடி உயரத்தில் தம் பிள்ளைகளுக்கு தகப்பனாகி விட்ட போதிலும், மனதளவில் சிறுவனாகி, மறக்கவே முடியாத ஒரு ஆசிரியரின் அன்பைப் போலவே, ஆசிரியர் அளித்த தீராத அவமானங்கள், புறக்கணிப்புகள், உதாசீனத்தின் வலிகள் என ஆறாத காயங்களின் வடுக்களையும் மனித மனம் மறப்பதே இல்லை. 'டீச்சர்' என்கிற வார்த்தையையே வெறுக்கும் மனங்களும் இங்குண்டு. எல்லோருக்கும், எப்போதும், நல்லவர்களாக யாராலும் இருக்க முடியாது என்பதே நிதர்சனம். "சிறந்த ஆசிரியர்" என்கிற கருத்து ஒரு மாயக் கனவெனத் தோன்றும் எனக்கு. வகுப்பிலுள்ள நாற்பது குழந்தைகளுக்கும் ஒரு ஆசிரியர் எப்போதும் நல்லாசிரியராகத் தோன்ற முடியுமா என்ன?

ஒரு சில கண்ணீரைத் துடைத்ததற்காக, சில பிரார்த்தனைகளை ஏறெடுத்ததற்காக, சில தளிர்க் கரங்களை வலுவாகப் பற்றிக் கொண்டதற்காக, சிலரை அவரவர் பாதையில் போக அனுமதித்ததற்காக, சில எளிய சொற்களுக்காக, சில

முத்தரசி

அவமானங்களை மென்று தின்றதற்காக, சில வலுக்கட்டாயமான புன்னகைக்காக, சில ஆத்மார்த்தமான சிரிப்பிற்காக இந்த விருது எனக்கு அளிக்கப்பட்டிருக்கலாம்.

25 வருடங்களுக்கும் மேலாகத் தொடர்ந்திருக்கும் இந்த ஆசிரியர் பணியில், 'விருதென்பது என்ன' என்பது குறித்துப் பலமுறை யோசித்திருக்கிறேன். ஒரு நல்ல ஆசிரியர் என்கிற அடையாளத்திற்குப் பின் இருக்கின்ற அளவீடுகளும், மதிப்பீடுகளும் மிக மிக அதிகம். பொதுத்தேர்வுகள், மதிப்பெண்கள், சிலபஸ், சென்டம் ரிசல்ட், கட் ஆஃப் மதிப்பெண்கள் என நேர்க்கோட்டில் பயணிக்கும் பாதையின் அளவீடுகள் ஒருபுறம்... வகுப்பறை உளவியல், மாணவர்களின் மனமகிழ்வு, பாடத்தைத் தாண்டிய செயல்பாடுகள், சமூகச் செயல்பாடுகளில் மாணவர்களின் பங்கீடு தொடர்பாக ஆசிரியர்கள் செய்ய வேண்டியவை என நீளும் மதிப்பீடுகள் மறுபுறம். தனிமனித அளவிலும் சரி, சமூகப் பங்கெடுப்பிலும் சரி, பள்ளிச் செயல்பாடுகளிலும் சரி, உயர் அதிகாரிகளின் நெறிமுறைகளின்படியும் சரி, தன் மனசாட்சியின்படியும் சரி... ஒரு மாணவனை உருவாக்குவதில், இந்தச் சமூகம் ஒரு ஆசிரியருக்கு வைக்கும் தேர்வுகள் பலப்பல. அனைத்திலும் எப்படி ஒரு ஆசிரியரால் பொருந்திப் போக முடியும்? ''சென்டம் ரிசல்ட்'' என்று சந்தோஷப் பட்டால், ''ஏன் ஃபர்ஸ்ட் மார்க் குறைவா இருக்கு? என கேள்வி எழும். ஃபர்ஸ்ட் மார்க் சூப்பர்'' என்றால், ஏன் சப்ஜெக்ட் ஆவரேஜ் சரியில்லை'' என்பார்கள். ''வகுப்பறை'' உளவியலைக் கண்காணித்தாயா என்பார்கள். ''இலக்கியத்தின் நிழல் கூட பிள்ளைகள் மீது விழவில்லையே,

ஏன்'' என்பார்கள்... ''விளையாட்டும், உடற்பயிற்சியும் பதின்பருவக் குழந்தைகளுக்கு முக்கியம் எனத் தெரியாதா'' எனக் கேட்பதற்காகவே வரிசை கட்டி நிற்பார்கள். ''ஏன் உளவியல் ஆலோசனை தர முடியவில்லை உங்களால்'' என்று கேட்டுக் குதறியெடுப்பார்கள். ''பெற்றோர் மனநிலை குழந்தைகளைப் பெருமளவு பாதிக்கிறது, அதைப் புரிந்துள்ளீர்களா' என மொத்தக் குடும்பத்தையும் புரிந்து கொள்ள நிர்ப்பந்தங்கள் எழுப்பப்படும். நாற்பது குழந்தைகளும் நாற்பது விதமாய், அவர்களின் பெற்றோரும் நாற்பது விதமாய் இருப்பதை மனதில் வைத்துக் கொண்டுதான் ஒவ்வொரு ஆசிரியரும் தன் வகுப்பில் மாணவர்கள் முன் நிற்கின்றனர்.

முன்பெல்லாம் பத்து வருடங்கள் என்பதே ஒரு தலைமுறை இடைவெளி எனக் கணக்கிட்டார்கள். அது மெதுவாகக் குறுகி, ஐந்து வருடங்கள் என ஆகி, தற்போது, ஒவ்வொரு வருடமும் புதிது புதிதாய் பிள்ளைகள் மாறிக் கொண்டே இருக்கிறார்கள். போன வருடம் இருந்ததைப்போல் இந்த வருட மாணவர்கள் இல்லை என்பதே எல்லாப் பள்ளிகளிலும் இருக்கும் உண்மை.

வேலியோரம் படர்ந்திருக்கும் ஊமத்தங்காய்களைப் பறித்து வந்து, பெரிய கல் வைத்து அவற்றைக் கொட்டி, கரித்துண்டுகளைப் பொடியாக்கி அதனுடன் கலந்து, கரும்பலகை முழுக்கப் பூசியபின், ஏதோ ஒரு ஆசிரியர் முதன்முதலில் அதில் எழுதும் எழுத்தைப் பார்த்துக் குதூகலிக்கும் குழந்தைகள்தான் என் ஆதிகாலத்துக் குழந்தைகள். காலையில், இளவெயிலில், பள்ளிக்கூட மண் தரையில் உதிர்ந்திருக்கும் வேப்பிலைகளை, ஈர்க்குச்சியில் குத்திச் சேகரித்து, குப்பையில்

போடுவதைத் தியானமெனக் கருதிச் செய்தோம், எங்கள் குழந்தைப் பருவக் காலத்தில் என்பார் எழுத்தாளர் பாரதி கிருஷ்ணகுமார். மசூதியோ தேவாலயமோ, கோவில் கோபுரமோ, இருக்கும் இடம் பற்றிய பேதமில்லாமல் திசைகளின்றி சிறகடிக்கும் புறாக்களைப் போல, மகிழ்வொன்றே மொழியெனக் கொண்டிருந்தனர் அக்காலக் குழந்தைகள்.

இப்போது அப்படியா? ப்ளஸ்டூ தேர்வுகள் முடியும் நாளில், சீருடையுடன் திருமணம் செய்து கொண்டு வீட்டை விட்டு வெளியேறும் மாணவ, மாணவிகள் பெருகி வருகின்றனர். ஆசிரியர்கள் பெரும் நட்சத்திர ஹோட்டல்களில், கொண்டாடப்படும் பள்ளியின் பிரிவு உபசார விழாக்களில் அநாவசியமாகிப் போய்விட்டனர். மாணவர்கள் மத்தியில் பார்ட்டி, சினிமா, என்பதெல்லாம் வார இறுதி வழக்கங்களாகி விட்டன. அன்றாடம் பயணிக்கும் பஸ்ஸில் போடப்படும் பாடல்களுக்கு மனதைப் பறிகொடுத்து, வாழ்வைச் சிதைத்துக் கொள்பவர் பலர். பெற்றோரின் பிரியம், தியாகம், ஆசிரியரின் அக்கறை அனைத்தும், 'படுமொக்கை' என்கிற ஒரே அடைமொழியோடு, குப்பைக்குப் போய்விடுகிறது இன்றைய மாணவர்களிடம். புத்தக வாசிப்பு இட ஒதுக்கீடு, சுற்றுச்சூழல், உடல் நலன், சமூக நீதி இப்படி எது குறித்தும், எவர் குறித்தும் இன்றைய மாணவர்களுக்கு வியப்பும் ஆச்சர்யமும் இல்லை. தாங்கள் எடுக்கும் முடிவுகள் குறித்த விளைவுகளைக் கூட யோசிக்கத் திராணியற்று இருக்கிறார்கள். முன்பெல்லாம் குழந்தைகள் சம்மதமின்றி குழந்தைத் திருமணங்களைப் பெற்றோர் செய்து வைத்தனர். ஆனால் இப்போதோ, பெற்றோர்

சம்மதமின்றி குழந்தைகளே தங்கள் திருமணங்களைச் செய்து கொள்கிறார்கள். ஒழுக்கம், கலாச்சாரம், பண்பாடு குறித்தெல்லாம் பேச வரவில்லை. ஆனால், தன் வாழ்க்கை குறித்து அக்கறை, சக மனிதரை மதித்தல், வாழ்க்கைக்கான வேலை குறித்து அடிப்படை அறிவு, தன் சுயம் சார்ந்த தெளிவு என்பது குறித்த புரிதலெல்லாம் இங்கே யாருக்கும் இல்லை. பெற்றோரோ, ஆசிரியரோ, யாருமே மாணவர்களுக்கு எதுவுமே சொல்ல முடிவதில்லை, கேட்கும் மனநிலையிலும் அவர்கள் இல்லை. ஊடகமும் சினிமாவும் தொழில் நுட்பமும் வளர்த்தெடுக்கும் இன்றைய குழந்தைகள் மனித மனதின் இயல்பான மென்குணங்கள் எதுவுமின்றி, எந்த ரசனையும் அழகியலும் இல்லாமலேயே வாழ்ந்து முடித்து விடுகின்றனர்.

ஊடகத்திலும், பொதுவெளிகளிலும், மாணவர்களைப் புரிந்து கொண்டு வழிநடத்த வேண்டும் என்கிற வாதம் பெரும்பான்மையாக இங்கே முன்வைக்கப்படுகின்றது. மறுப்பதற்கில்லை. மாணவர்களைப் புரிந்து கொள்கிறோம் என்பதற்காக அவர்கள் செய்யும் அனைத்து செயல்களையும் நியாயப்படுத்த முடியாதல்லவா? கண்டிப்பு என்கிற கோட்டை ஏதேனும் ஒரு புள்ளியில் வரையத்தான் வேண்டியிருக்கிறது.

இன்றைய தேதியில் பள்ளி, கல்லூரி மாணவர்கள் ஆசிரியர்களின் கரங்களிலிருந்து நழுவி, காவல்துறை மற்றும் சட்டத்துறையின் கரங்களில் அடைக்கலமாயிருக்கின்றனர். வகுப்பறை நிகழ்வுகளை ஒரு புள்ளி வரைதான் ஆசிரியர்கள் விசாரிக்க இயலும். அதற்கு மேல் அருகிலிருக்கும் காவல்துறைக்குத் தகவல் தர வேண்டியதுதான் நாம் செய்ய

வேண்டியது. இங்கு ஒவ்வொரு ஆசிரியருக்கும் திரும்பத் திரும்பச் சொல்லப்படுவது என்னவெனில், ''ஆசிரியராகிய உங்களின் எந்தவொரு செய்கையும் சொல்லும் மாணவர்களுக்கு, இந்த ஆசிரியர் என் மேல் தனிப்பட்ட அக்கறையோடு, ஈடுபாட்டோடு இருக்கிறார் என்கிற எண்ணத்தைத் தோற்றுவிக்காமல் இருக்க வேண்டும்'' என்பதே! 'அளந்து கூற முடியாத அறிவுள்ளவர், விஷய ஞானம் பல உள்ளவர், மலைபோல அசைக்க முடியாத மனவுறுதி கொண்டவர், மாணவர் இடரை அருளோடு தீர்த்து வைப்பவர் ஆசிரியர்' என்கிறார், நன்னூல் ஆசிரியர் பவணந்தியார். இவ்வளவு மரியாதையை இந்தச் சமூகம் ஆசிரியர்களுக்குத் தருகிறதா? என்கிற மிகப் பெரிய கேள்வி மனதில் எழும்போதே, இன்றைய ஆசிரியர்களின் நிலை, நாணயத்தின் மறுபக்கமாக நம்முன் நிற்கிறது.

ஆண், பெண் இரு பாலரும் படிக்கும் பள்ளி வாட்ஸ்அப் குரூப் ஒன்றில், ஒரு ஆபாசமான புகைப்படம் ஏதோ ஒரு மாணவரால் பகிரப்படுகிறது. இது தெரிந்தே நிகழ்ந்ததா இல்லை தெரியாமல் நிகழ்ந்ததா என யாருக்கும் தெரியாது. இந்தச் சூழலை எவ்வாறு கையாள்வது? பார்த்தவுடன் படபடப்பும், டென்ஷனும் தலைக்கேற, அனுப்பிய பிள்ளையை அழைத்துக் கண்டிக்கலாமா? எப்படிக் கண்டிப்பது? எந்தப் புள்ளி வரை விசாரிப்பது? விசாரித்து முடித்தபின் என்ன செய்வது? விசாரிக்கும் முறை குறித்து ஆசிரியர்களுக்குப் பயிற்சி தரப்பட்டுள்ளதா? இல்லையெனில் அதற்கான முயற்சிகள் என்னென்ன? விசாரணை முடிந்தபின் அந்த மாணவரின் மனநிலை என்னவாக இருக்கும்? மனதின் சமநிலை குலையாமல் அவனைப் பார்த்துக் கொள்வது யார்

பொறுப்பு? யாருடைய கடமை? அவன் அறிந்து செய்தாலும், அறியாமல் அதைச் செய்திருந்தாலும், அதற்கான தீர்வு என்பது என்ன? வெகுவேகமாக நம் சமூகத்தில் நிகழ்ந்து வரும் பண்பாடு சார்ந்த மாற்றங்கள், ஒழுக்கம் சார்ந்த நெறிமுறைகள், உணர்வு ரீதியான சிக்கல்கள் குறித்தான பார்வை நம் ஆசிரியர்களிடம் இருக்கிறதா? இருபது, முப்பது வருடங்களுக்கு முன்பு பணியில் சேர்ந்த ஆசிரியர்கள், சமூகம் சார்ந்த மாற்றங்களை உள்வாங்கியிருக்கிறார்களா? ஏதாவது புள்ளி விவரங்களை அவர்கள் அறிந்துள்ளார்களா?

ஒவ்வொரு வருடமும், அரசுப் பள்ளியில் பணிபுரியும் அனைத்து வகை ஆசிரியர்களுக்கும் பணியிடைப் பயிற்சி அளிக்கப்படும். மாவட்டம் முழுவதிலும் உள்ள குறிப்பிட்ட பாடத்தை சார்ந்த ஆசிரியர்கள் அனைவரும் ஓரிடத்தில் கூடி, கலந்துரையாடி, தங்கள் அனுபவங்களைப் பகிர்ந்து, பாடம் தொடர்பான சந்தேகங்களைக் கேட்டு, விளக்கங்கள் பெற்றுத் திரும்பும் நாட்கள் அவை. ஆத்ம சுத்தியோடு, தம் குறை நிறைகளைக் கண்டுணர்ந்து திரும்பும் ஆசிரியர்கள் சிலரே. அட்மிஷன், போர்ஷன், சிலபஸ், தேர்வுகள் என நேர்கோட்டில் பயணிக்கும் ஆசிரியர்கள், தங்களின் வகுப்பறைகள் வெகுவாக மாறிப் போயுள்ளதை உணர்ந்திருக்கிறார்களா?

அதேகமாய் அத்தனை கல்வியாளர்களும் ஒருமித்துச் சொல்லுவது, நான்கு சுவர்கள் கொண்ட வகுப்பறைகளை கான்கிரீட் கட்டடங்களை, சுதந்திரமும் சந்தோஷமும் நிரம்பிய இடங்களாக மாற்ற, முதலில் மாற வேண்டியது ஆசிரியர்கள் மட்டுமே என்பதுதான். எழுத்தாளர் ஞாநி, ''என்னைச் சுற்றியுள்ள

இன்றைய உலகம், புத்திசாலி மனிதர்களின் அயோக்கியத்தனத்தாலும், நல்ல மனிதர்களின் முட்டாள்தனத்தாலும் வடிவமைக்கப்பட்டிருக்கிறது. இதை என்றோ ஒருநாள் மாற்றக்கூடிய மனிதர்கள், இப்போது என் பள்ளியில் இருக்கிறார்கள் என்பது எப்போதும் என் பிரக்ஞையில் உறுத்திக் கொண்டே இருக்கும். அவர்களைத் தயார் செய்து அனுப்பும் பெரிய வாய்ப்பும் பொறுப்பும் எனக்கு கிட்டியிருக்கிறது பிரம்மாண்டத்தைக் கண்டு பயப்பட மாட்டேன். இந்த வாய்ப்பு எல்லோருக்கும் கிட்டாது என்பதும், நான் இதற்காகத் தேர்ந்தெடுக்கப்பட்டு இருக்கிறேன் என்ற நினைப்பும் தான் என்னை இயக்கிக் கொண்டே இருக்கும். நாளைய ரோல் மாடல்களுக்கு இன்றைய ரோல் மாடலாக இருப்பதன் பளுவும், முக்கியத்துவமும், அதற்கான உழைப்பும் எப்போதும் என் மனதில் ஓடிக்கொண்டே இருக்கும்'', என கூறுவார். இந்த எழுத்துகளின் வீரியத்தை, இது சொல்லும் உண்மையினை ஆசிரியர்கள் உணர வேண்டும்.

ஆசிரியரின் வாழ்வென்பது வரத்திற்கும் சாபத்திற்கும் இடையில் அலைவுறும் ஒரு அற்ப வாழ்வு. ''நீங்கதான் என் உலகம்'' என்கிற இதயங்களுக்கும், ''இந்த வாத்திகளுக்கு வேற வேலை இல்லை'' எனத் தரம் தாழ்ந்து பேசும் உதடுகளுக்கும் இடையேதான் ஒரு ஆசிரியர் என்பவர் வாழ்ந்து தீர்த்தாக வேண்டும். ''அர்த்தமுள்ள எந்தப் போராட்டமும் தனக்குள் நிகழ வேண்டும்'' என்கிறது ஜென். போராட்டம் நிகழ்ந்து, புத்தி தெளிந்து நகரும் ஆசிரியரின் பாதைகளனைத்தும், மனித நேயத்தின் மாண்பை மட்டுமே நோக்கி நீள்கின்ற பாதையாக

இருக்க வேண்டும் என நான் எப்போதும் நினைத்துக் கொள்கிறேன். ஆசிரியரின் வாழ்வென்பது மனதால் உச்சரிக்கப்பட்டதாகவும், ஆன்மாவால் உணரப்பட்டதாகவும் இருக்க வேண்டும்.

''மஞ்சள் வெயில் இறங்கும் மலை உச்சியில், மேய்ப்பனுக்காகக் காத்திருக்கும் வழி தவறிய ஆட்டுக்குட்டியைப் போல நாம் வாழ்க்கை முழுக்க நம் மனதுக்குப் பிடித்த டீச்சருக்காகக் காத்திருக்கிறோம். பறவையின் இறகைப் போன்ற அப்பழுக்கு எதுவும் இல்லாத நமது பால்யத்தை எடுத்துக்கொண்டு டீச்சர்கள் போய்விடுகிறார்கள். அதனால்தான் நாம் காலத்துக்கும் அவர்களை நினைத்துக் கொண்டே இருக்கிறோம்'' என்கிற ராஜு முருகனின் வரிகள் எக்காலத்திற்குமான கவிதை!

மழைமேகமும் சிறு தூறலும் போல, தீபமும் அதன் அழகும் போல, விடிகாலையும் அதன் வெள்ளியும் போல அழகியலும், பிரியமும் பற்றுதலும் நிறைந்த ஒரு ஆசிரியருக்கும் அவருடைய மாணவருக்கும் இடையேயான உறவென்பதே ஒரு விருதுதான் ஒவ்வொரு ஆசிரியருக்கும்.

ப்ளஸ் டூ தேர்வுப் பணியில் அதிக வேலையாயிருந்த இருந்ததொரு நாட்களில் செய்முறைத் தேர்வுக்காக வேறு ஒரு பள்ளியில் பணி செய்யப் போயிருந்தேன். ஏதோ ஒரு நினைவின் இழை நெருட அந்தப் பள்ளி அலுவலகத்தில் விசாரித்தேன், ''லாவண்யா இங்கதானே வேலை பாக்குறாங்க?'' என ''ஆமாங்க மேடம், இருங்க வரச் சொல்றேன்'' என்றார்கள். புன்னகையும் சிரிப்புமாய் வந்தவள் ஆச்சரியத்தில் கட்டிக் கொண்டாள்.

அவளுடைய மூன்றாம் வகுப்பில் இருந்த அத்தனைக் குழந்தைகளும் குதூகலத்தோடு வியப்பாய் எங்களை வேடிக்கை பார்த்துக் கொண்டிருந்தார்கள். ''கொஞ்சம் வெயிட் பண்ணுங்க, ஹம்சா இப்போ வந்துடுவா. உங்களைப் பார்த்தா ரொம்ப சந்தோஷப்படுவா... ப்ளீஸ்'' என்றாள். பதினேழு வருடங்களுக்குப் பிறகு என்னைப் பார்த்த ஹம்சாவிற்கு வார்த்தையே வரவில்லை. மனம் நெகிழ்ந்து, தொண்டை அடைத்து, கண்ணீர் மல்கியது.

''அவள் கைகளைப் பற்றி கொண்டிருந்த அவளின் ஆறு வயதுக் குழந்தை, திகைத்துப் போய் எங்களையே பார்த்துக் கொண்டிருந்தது. ''பாப்பு, இவங்க அம்மாவோட டீச்சர்'' என விளக்க முயன்றாள், ஹம்சலஷ்மி. அம்மாவின் அழுகையைப் பார்த்த குழந்தையின் கண்களில் திரண்டிருந்த கண்ணீரைப் பார்த்து பேசவே நா எழவில்லை எங்கள் எல்லோருக்கும்.

சில நேரங்களில் அன்பின் மொழி, கண்ணீர் அன்றி வேறில்லை. இரட்டை ஜடை மடித்துக் கட்டத் தெரியாத என் குழந்தைகள், இன்று இரு குழந்தைகளுக்குத் தாய்...

வேலை, வீடு, கணவர், குடும்பம் என வேகமாய்ச் சுழன்று கொண்டிருக்கும் அவர்களுடைய அன்றாட வாழ்வில், எப்போதோ படித்த பள்ளி ஆசிரியரைப் பார்த்து நெகிழ்வதெல்லாம் நான் நினைத்தே பார்க்காதது... ஏதேதோ பேச்சுகள் ஒரு மணி நேரத்துக்கு நீண்ட பின்னரும் மனம் கனத்துக் கிடந்தது.

''முகநூலைத் திறந்தவுடன் என்ன எழுதிருக்கீங்கன்னு உங்க பக்கம்தான் முதல்ல பாக்கறேன். நிறைய நேரங்களில் என் மனசுக்குத் தேவைப்படற மாதிரி தெம்பா எழுதிருப்பீங்க. படிக்கவே சந்தோஷமா ஆறுதலா இருக்கும். இத்தனை வருஷத்துக்கு அப்பறம் கூட உங்க கூடவே இருக்கிற ஃபீல்...

என் குழந்தைங்க கொஞ்சம் வளர்ந்தவுடன் உங்ககிட்ட கொண்டுவந்து விட்டுடுவேன். நீங்கதான் அவங்களையும் வளத்து ஆளாக்கணும், சொல்லிட்டேன்...

எப்போ புடவை கட்டினாலும் உங்கள மாதிரி கட்டணும்னு கட்டுவேன்.....

எங்க கிளாஸ் டீச்சரா இருந்த உங்கள மாத்தினபோது மொத்த கிளாஸூம் அழுதது உங்களுக்கு ஞாபகம் இருக்கா?.....

சுதிரைக் கூட்டிட்டு வர வண்டியில போவோமே, நினைவிருக்கா?''

மடைதிறந்த வெள்ளமாய்ப் பிள்ளைகள் பேசப்பேச அதிசயித்துப் போனேன்.

செல்லும் பாதையை எல்லாம் வெளிச்சமாக்கும் இந்தப் பிள்ளைகளின் பேரன்புக்கு முன்னால் எந்த விருது எதிர் நிற்கக்கூடும்? எதுவுமே இல்லை

''இயற்கை, இசை, இயக்கம், உறவு, நட்பு, போதை என மனிதன் தீவிரமாக எதையாவது பற்றிக் கொள்கிறான். பற்றிக் கொண்டது எது என்பதில் தான் இருக்கிறது ஒவ்வொருவரின் வாழ்வும், தாழ்வும், அற்பமும், அற்புதமும்'' என்பார் ராஜு முருகன்.

நான் எப்போதும் பற்றிக் கொள்பவை அன்பில் நிறைந்த இந்த மிக மிக எளிய இதயங்கள் மட்டுமே. ஸ்வர பேதங்களில் பாக்கியலஷ்மி இவ்வாறு எழுதிருப்பார். ''ஒவ்வொருவர் வாழ்விலும் நாம் தெரிந்து கொள்ள வேண்டியது நிறைய இருக்கிறது, நல்லதும் கெட்டதும். என்னிடம் அன்பு செலுத்தியவரிடமிருந்தும் என்னை வெறுத்தவர்களிடமிருந்தும் நான் நிறையக் கற்றுக் கொண்டேன். நான் எப்படி வாழ வேண்டுமென்று நான்தான் தீர்மானிக்க வேண்டும். எத்தனை நாட்கள் கழித்துத் திரும்பிப் பார்த்தாலும் அய்யோவென்று தோன்றாத வாழ்வை வாழ வேண்டும். சுயமொரு மரியாதை எழ வேண்டும்''.

திரும்பிப் பார்க்கும்போது பதினேழு வருடங்களுக்கு முன்பும் கூட நேசிக்கப்படும் ஒரு மனுஷியாகத்தான் வாழ்ந்திருக்கிறேன் என்கிற நினைவின் சுகந்தம், எந்த விருதையும் விட மதிப்பு மிக்கதாய்த் தோன்றுகிறது. வயதென்பது வருடங்களின் கணக்கு மட்டும்தானே, வாழ்வின் கணக்கு இல்லையே? கடந்து போன காலத்தை, அதே பிள்ளைப் பிராயத்துப் பிரியத்தோடு மீட்டெடுக்கும் குழந்தைகள், என் எல்லா வெற்றிடங்களையும் நிரப்பிக் கொண்டே இருக்கிறார்கள். ஒரு முகம் மறைய, இன்னொரு முகம் சட்டெனப் பூத்துக் கொண்டே இருக்கும் இந்தக் கணத்தில், அன்பைச் சொல்லவும் முடியாமல், சொல்லாமல் இருக்கவும் முடியாமல் நிற்கிறேன். காலத்தால் அழியாத விருது, அன்பொன்றைத் தவிர வேறில்லை.

அநேக அனுபவங்களைக் கடந்த பின்னர்தான், ‘என்ன விருது’ என்கிற ஆவலிலிருந்து, ‘எது விருது’ என்கிற சிந்தனைக்குத் தடம் மாறியிருக்கிறேன்.

‘‘டிசம்பர் முப்பதாம் தேதி, ஞாயிறன்று கோவையில் ஒரு கெட்டுகெதர் அரேன்ஜ் பண்ணியிருக்கோம். நீங்க அவசியம் கலந்துக்கணும். உங்களைப் பாக்க ஆசையா இருக்கு, ப்ளீஸ் வாங்க மிஸ்...’’ என்கிற குறுஞ்செய்தி தொலைபேசியில் மின்னியபோது ஆச்சரியமாக இருந்தது. கிட்டத்தட்ட 15 வருடங்கள் கழித்து நடத்தப்படும் ஆசிரியர் மாணவர் சந்திப்பு, தேதி, இடம் குறித்து அழைப்பிதழ் வந்தபோது பின்னிரவுகளின் தனிமையில், கிணற்றின் அடர்ந்த இருளின் நிழலில் அலையும் ஒரு மீனாய் மனம் பல்வேறு நினைவுகளைத் துழாவத் துவங்கியது.

இருபது ஆண்டுகளுக்கு முன்னர், இயற்பியல் ஆசிரியராய் ஒரு மெட்ரிக் பள்ளி வாசல்படி ஏறியபோது, கையில் சுதிர் எட்டு மாதக் கைக்குழந்தை. என்னையும், என் பிள்ளையையும் பேரன்புடன் அணைத்துக்கொண்டது அப்பள்ளி. சுதிர் ஒவ்வொரு நாளும் கண் மலர்வதும், கரம் பற்றி எழுந்து நிற்பதும், தவழ்ந்து பழகியதும், ஓடி ஓடிக் களைத்ததும், அசந்து உறங்கியதும் அங்கிருந்த அவனுடைய அக்காக்களின் தயவில்தான். என் குடும்பத்தைத் தன் இதயத்தில் வைத்து பார்த்துக் கொண்டது அந்தப் பள்ளி. குறைவான சம்பளம்தான். ஆனால், நிறைவான வாழ்க்கை இருந்தது. என் பிள்ளைகள்தான் எனக்கு எல்லாமுமாக இருந்தார்கள். அவசர நேரங்களில் சுதிரைப் பள்ளியில் கொண்டு விடுவதும், அழைத்து வருவதும்,

மூச்சு இறைத்து சிரமப்படும்போது விளையாட்டுக்காட்டிச் சாப்பிட வைப்பதும், சுற்றுலா போகும்போதெல்லாம் அவனை அரவணைத்துக் கொண்டதும் மறக்கவே முடியாத வண்ண ஓவியமாய் மனதில் பதிந்து போயிருக்கிறது.

வெள்ளை நிழலாக, மேரி மாதாவின் பரிசுத்தமான புன்னகையாக, எப்போதும் அணைத்துக் கொண்ட பள்ளி முதல்வர்களின் பிரியம், மனப் பத்தாயத்தில் அப்படியே இருக்கிறது. எத்தனை எத்தனை குழந்தைகள் எனக்கான இந்த வாழ்க்கையை வடிவமைத்துக் கொடுத்திருக்கிறார்கள். எவ்வளவோ நல்ல நினைவுகளைத் தந்தார்கள்... என் அம்மாவைப் போல உடன் இருந்தார்கள். பதிலுக்கு நான் அவர்களுக்கு எதுவுமே செய்ததில்லை. ஆசிரியர் என்பதொரு புனிதப் பிம்பம் இல்லாமல், அன்பு சூழ் இதயத்தோடு என் குழந்தைகளிடம் நட்பாய் மட்டுமே இருந்திருக்கிறேன். இப்போது இருக்கும் முதிர்ச்சியும் பிரியமும் கூட அப்போது இல்லை, ஆனாலும், பல வருடங்கள் கடந்த பின்னரும், அதே பிரியத்தோடும் மதிப்போடும் பிள்ளைகள் இன்றும் நம்மை நினைவில் ஏந்தியிருப்பதெல்லாம், எளிதாகக் கை கூடாத வரம். உறவையும் பிரிவையும் காலம்தான் தீர்மானிக்கிறது. அது செய்யும் மாயங்கள் எதையும் கலைத்துப் போட்டு விடும். ஆனால் நல் இதயங்களுக்கிடையே உள்ள அன்பும் பிரிவும் எப்போதும் நிரந்தரம் இல்லையா? டிசம்பர் முப்பதாம் தேதி, ஈவன்ட் மேனேஜ்மென்ட் நடத்துபவராக, தொழிலதிபர்களாக, ஆசிரியர்களாக, கல்லூரிப் பேராசிரியர்களாக, மிகச் சிறந்த கம்பெனிகளில் உயர் பதவியில் அமர்ந்தவர்களாக பலப்பல

துறைகளில் மிளிர்ந்த குழந்தைகளோடு நாள் முழுவதும் சிரித்து, பல கதைகள் பேசித் திரும்பும்போது, சட்டென நெஞ்சம் தளும்பி, கண்ணீர் நிறைந்து, கரங்களைப் பற்றிக் கொண்டனர் குழந்தைகள். ''கண்ணீரும், புன்னகையும்தான் தேவமொழி'' என்பார் தஞ்சை பிரகாஷ். உணர்ச்சிகளை, நியாய அநியாயங்களைக் கடந்து வந்துவிட்ட பிறகும் கூட, அழுகையும் சிரிப்பும், காற்றும், இசையும் மட்டுமே நிறைந்திருக்கிற பரிசுத்தத்துக்குள் போய் ஒரு கணம் ஒளிந்து கொள்கிற கைக்குழந்தை, நம் ஒவ்வொருவருக்குள்ளும் தூங்கிக் கொண்டிருக்கிறது என்கிற எப்போதோ படித்த வரிகள் நினைவில் சுருண்டது, 'Teachers are Honoured' என்கிற நினைவுப் பரிசு அனைத்து ஆசிரியர்களுக்கும் தரப்பட்டது, வெறும் பொருளா அது? உறவுகள் அனைத்தும் உதிர்ந்து விட்ட வாழ்வின் அந்திமம் எனும் கிளைகளில் எப்போதும் துளிர்த்திருக்கும் பசுந்தளிர் போன்ற நம்பிக்கை நினைவுகள் அவை, இல்லையா?

'பள்ளிக்குத் திரும்புகையில் ஆசிரியர்கள் அவர்களை அதிசயிக்கிறார்கள் அடையாளம் தெரியாமல். ஆசிரியர்களை அவர்கள் அதிசயிருக்கிறார்கள் அடையாளம் தெரிந்து!' என்கிற தேவதச்சனின் கவிதை, மறக்கவே முடியாத ஒரு புகைப்படம் போல மனதில் அசைந்து கொண்டே இருக்கிறது. சில புன்னகைகள், சில கண்ணீர்த் துளிகள், சில நிகழ்வுகள், சில வெற்றிகள், சில துயரங்கள் என என்றென்றைக்குமான ஓவியமாய் உறைந்து நிற்கிற கணங்கள்தான் எப்போதைக்குமான விருதுகள் இல்லையா?

ஒரு மதிய வேளையில், ஆலமரத்தின் அடியில், பஸ்ஸுக்காகக் காத்திருக்கும்போது தான் பாலசந்திரன் சுள்ளிக்காடின் "சிதம்பர நினைவுகள்" படித்தேன். படித்த நிமிடங்களை இப்போது நினைத்தாலும் மனதிற்குள் மழைக்காலக் குடைக்காளான் போல சந்தோஷம் குப்பெனப் பூக்கிறது. கேரளாவின் மேதமை, இலக்கியப் பொக்கிஷம் எனப் போற்றப்படும் பாலச்சந்திரனின் அகதரிசனம் தான் அந்நூல். அற்புதமான படைப்புகளை உருவாக்கியிருந்தாலும், இலக்கியத்திற்கெனத் தரப்படும் எல்லா விருதுகளையும் நிராகரித்தவர் அவர். எந்தப் புகழிலிருந்தும் தள்ளி நிற்கவும் நமக்குப் பரிபூரண உரிமை உண்டு என்பதே அவர் எனக்குக் கற்றுத் தந்த அரிய மதிப்பீடாக எப்போதும் உணர்கிறேன் நான். என் பணிக்கென விருதெல்லாம் வேண்டாமே என மென்மையாய் மறுதலித்துக் கடந்து போகும் மனவலிமையை இந்த இயற்கை எனக்கு அருள வேண்டும் என மனதார நினைத்துக் கொள்கிறேன்.

வாழ்க்கையென்பது எத்தனையோ ஆயிரமாயிரம் பேர் நடந்து சென்ற பாதைதான். இப்போது நாம் அதில் பயணிக்கிறோம். நம் பயணம் முடிந்து நாம் அந்தப் பாதையைத் தாண்டிச் சென்ற பிறகும், பின் வருபவர்களுக்காக அந்தப் பாதைகள் அங்கேயே நிலைத்திருக்கும். இதில் நான்தான் சாதித்தேன் என நினைத்துக் கொள்வதற்கு என்ன இருக்கிறது?

எப்போதோ கடந்து போய்விட்ட ஒரு ஆசிரியரின் பிம்பத்தை ஏன் மனித மனங்கள் அந்திமம் வரை தூக்கிச் சுமக்கின்றன? தலையெல்லாம் நரைத்து, தோல் சுருங்கி, கண்கள் இடுங்கி,

வயோதிகத்தின் விளிம்பில் நின்றிருந்தாலும், காதருகே சிரிக்கும் ஒற்றை ரோஜாவுடன் புன்னகை பூத்த தன் ஆசிரியரின் இளமையான முகத்தை மட்டுமே நினைவில் ஏந்தியிருக்கும் இதயங்கள் சொல்ல விழைவது என்ன?

இந்தச் சமூகத்தின் முதல் ஒளி ஒரு ஆசிரியர்தான்! ஏழைகளின், எளியவர்களின் பிரார்த்தனைகள் அனைத்தும் எல்லாத் தெய்வங்களிடமும் நிராசையாகிப் போய்விட்ட இந்தச் சமூகத்தில், கல்விக்கூடங்கள் மட்டுமே இன்னமும் நீதியைக் கற்றுத் தரும் சில இடங்களில் ஒன்றாக இருக்கின்றன. வாழ்க்கையின் உன்னத மதிப்பீடுகளையும் அரிய தரிசனங்களையும் உள்ளடக்கிய ஒரு தலைமுறையை ஆசிரியர் மட்டுமே தீவிரமாக உருவாக்கித் தர முடியும். ரத்தமும் சதையுமாய் நம்முடனேயே வாழ்ந்து, நம் காலத்தின் துளிகளைப் பங்கு போட்டுக் கொள்ளும் குழந்தைகளின் புன்னகையும், சந்தோஷமும்தான், அப்படிப்பட்ட ஆசிரியருக்கான விலை மதிப்பற்ற விருது.

நதிமேல் பொழியும் மழைக்கு, நதியிடம் எந்த எதிர்ப்பார்ப்பும் இல்லை, வறண்டிருந்தாலும் சரி, நிறைந்து தளும்பி ஓடிக் கொண்டிருந்தாலும் சரி, நதியின்மேல் பூரணமாய்ப் பொழிந்து, குமிழ்களோடு சுழித்தோடும் அதன் நீரோடு கலந்து, நிலத்தைக் குளிர்வித்து, வாடிய பயிர்களை உயிர்ப்பித்து, உயிர்களை வாழ வைத்துக் கொண்டிருக்கும் மழையைப் போலத்தான் இருக்க வேண்டும் ஆசிரியர்கள். சமூகத்தின் சிடுக்குகளை, குறைகளை நோக்கிச் சுட்டுவிரலை நீட்டாமல், உலகை அதன் குறை, நிறைகளோடு நேசிப்பவர்கள் மட்டுமே, துயரங்களை ஆரோக்கியமாக ஏற்றுக் கொண்டு, அது முன் வைக்கும்

சவால்களை நேர்மையாக அணுகுகிறார்கள். இந்த மனப்பாங்குதான் ஆசிரியருக்கு அவசியம். இதுவொரு இலட்சியவாதச் சிந்தனைதான். ஆனால் மனித வாழ்வைப் புரட்டிப் போடுபவை இலட்சிய வாதங்கள்தான். எதிர்பார்ப்பு இல்லாத பேரன்புடன், நம் மனம் நிறையும்படியான காரியங்களை நம் மாணவர்களுக்குச் செய்துவிட்டு, நதிமேலொரு துளியாய் நகர்ந்து போய் இயற்கையெனும் பெருங்கடலுடன் ஒன்றிணைந்து விட வேண்டும் அவ்வளவுதான் ஒரு ஆசிரியரின் வாழ்வு.

தங்களுடன் கழித்த பொழுதுகளின் ஞாபக வாசத்தால் நிறைந்து, நன்றியெனும் ஈரம் மினுங்கும் அன்பின் மலர்களோடு, எத்தனை வயதானாலும், தான் படித்த வகுப்பறையின் வாசலிலேயே நின்று கொண்டிருக்கும் அன்புக் குழந்தைகள்தான் ஒரு ஆசிரியருக்கான எப்போதைக்குமான விருதுகள் இல்லையா ஷைலு?. இப்படியே வாழ்ந்துவிட்டாலே போதுமென நினைக்கிறேன்.

பிரியங்களுடன்

அரசி

பூக்கள் தந்த சிறகுகள்

அன்பின் ஷைலு,

நலமாய் இருக்க நித்தமும் பிரார்த்தித்துக் கொள்கிறேன். ஒரு சந்தோஷமான செய்தி சொல்ல வேண்டும். ஆனால் அதைச் சொல்லும் முன் மிக நீண்ட முன்னுரை ஒன்று தர வேண்டும். நிதானமாய் படியுங்கள், செல்வி பாஸ் பண்ணி விட்டாள் என்பதுதான் செய்தி.. யார் செல்வி என்பதுதான் இந்தக் கடிதம், சொல்கிறேன்....

மேல்நிலைப்பள்ளி இயற்பியல் ஆசிரியராகி முப்பது வருடங்கள் முடிந்து விட்டன. சிந்தனை, சொல், செயல் எல்லாவற்றிலும் ஆசிரியம் என்கிற படிமம் அடிநாதமாகக் கலந்து வருடங்கள் பல பறந்து விட்டன. முகமறியாத நபருடன் பேச நேரும்போது கூட, அடுத்த ஐந்தாவது நிமிடத்தில் "நீங்கள் டீச்சரா?" எனக் கேட்டு விடுகின்றனர். "வீட்டுலயும் டீச்சர் மாதிரியே தான் இருக்கணுமா? வேற மாதிரி இருக்கலாம்ல?" எனக் குடும்பம் அவ்வப்போது சிடுசிடுப்பதுண்டு. வேறு மாதிரி என்றால் என்ன என்பதை என்னால் விளங்கிக் கொள்ள

முடிந்ததில்லை. அதனாலேயே வேறு மாதிரி இருக்க முடியவில்லை.

தனியார் பள்ளிகளில் பல வருடங்கள் வேலை பார்த்தேன். நன்கு பாடம் எடுக்க வேண்டும் என்பது மட்டுமே பெரும் தேவையாய் இருந்தது. புரிதலோடு இருக்கும் ஆசிரியர் என்பது கூடுதல் சிறப்பு. நித்தமும் வகுப்பில் நம் திறமையை நிரூபித்துக் கொண்டே இருக்க வேண்டும் என்பது எழுதப்படாத விதியென இருந்தது. வாழ்வியல் சார்ந்த தேவைகள், அது குறித்தான உதவிகள் எதுவும் அப்பள்ளிக் குழந்தைகளுக்குத் தேவையாய் இருக்கவில்லை. ப்ளஸ் டூ தேர்வுகள் முடிந்தவுடன் புன்னகையோடு கைகுலுக்கிப் பிரிந்து விடலாம். வாழ்வின் பெருவீதிகளில் அவர்களை எங்கேனும், எப்போதேனும் சந்திக்க நேர்ந்தால், ''என்னம்மா பண்றே'' என்கிற சிறு கேள்வியோடு அவர்களைக் கடந்து போய் விடலாம். அவர்களைக் குறை எதுவும் சொல்லவில்லை அவர்களின் வாழ்வு அப்படி. ஆனால் அரசுப்பணி என்பது அதல்ல.

அதிகாலையில் அம்மா கூலி வேலைக்குப் போய்விட, அவசர அவசரமாய் சமையல் செய்து, தங்கை, தம்பிகளுக்கு டிபன்பாக்ஸில் போட்டுக் கொடுத்து, அவர்களைத் தயார் செய்து, தானும் ரெடியாகிக் கிளம்பி சைக்கிள் மிதித்துக் கொண்டு காலை இளம் வெயிலில் வேர்க்க விறுவிறுக்கப் பள்ளிக்கு வரும் பெண் குழந்தைகளை என்றேனும் உற்றுப் பார்த்ததுண்டா? ''நீ சாப்பிட்டியாம்மா?'' எனக் கேட்டதுண்டா? காதோரம் உள்ள பூனை முடியில் வழியும் வியர்வையைத் துடைத்தபடி தன் சோர்வை மீறிச் சிரிக்கும் அந்தப் பெண் பிள்ளைக்கு பசிக்கும்

எனத் தோன்றியதுண்டா? வார இறுதிகளில் சின்னஞ்சிறு விழாக்களில் டேபிள் துடைக்கும் வேலைக்குப் போய், பந்தி பரிமாறி, பாத்திரம் கழுவி, விழா முடிந்தபின் டெம்போவில் அனைத்துச் சாமான்களையும் ஏற்றி அனுப்பிவிட்டு, அதிகாலை வீடேகும் பிள்ளை, அவசரமாய்க் குளித்துப் பள்ளிக்கு வந்து வகுப்பில் தூங்கி விழுந்தால், ''ஏண்டா டெஸ்ட்டுக்குப் படிச்சுட்டு வரல? லீவுல என்ன பண்ணிட்டு இருந்தே?'' எனத் திட்டத்தானா நாம்? குடித்து விட்டு முன்னிரவில் வீடு வரும் தகப்பன் செய்யும் ரகளைகள் பின்னிரவு வரை நீண்டு, இரவு முழுவதும் கண் விழித்து, வகுப்பறையில் நம் முன்னே அமர்ந்து தொகையிடுதலையும், வருவித்தலின் சமன்பாடுகளையும் புரிந்துகொள்ளச் சிரமப்படும் பிள்ளைகளை நம்மால் புரிந்து கொள்ள முடிந்திருந்தால் எவ்வளவு நன்றாக இருந்திருக்கும்? பெரும்பான்மையான அரசுப் பள்ளிக் குழந்தைகளின் வாழ்வு திகிலோடு அல்லாடுவதுதான். அவர்கள் மீது அளவற்ற கோபம் வந்து, இயலாமையால் களைத்து, அவர்களைத் திட்டிச் சோர்ந்து போகும் ஆசிரியரால் என்ன நன்மை விளைந்து விட முடியும்; அல்லது அந்த ஆசிரியர்களால் இந்த சமூகத்தில் எதை மாற்றி விட முடியும்? பாடங்கள் தாண்டி, சின்னச் சின்னக் கதைகள், கவிதைகள், வாழ்வியல் அனுபவங்கள், மழை, மின்மினிப் பூச்சி, பூக்கள், சினிமா, இசை, நேர்மறைச் சிந்தனைகள் என்கிற சந்தோஷங்களால் ஒரு வகுப்பறை வளர்ச்சியடைய வேண்டுமா கூடாதா?

நான் அரசுப்பணியில் சேர்ந்தபோது அப்போதைய தமிழக முதல்வர் திரு. கருணாநிதி அவர்கள் எனக்கொரு வாழ்த்துமடல்

அனுப்பியிருந்தார்கள். எனக்கு மட்டுமல்ல, என்னோடு பணியில் சேர்ந்த அனைத்து ஆசிரியர்களுக்கும் தான். அதில் அவர் எழுதியிருப்பார். ''அரசுப் பணி என்பது மக்களுக்குப் பணியாற்றக் கிடைத்த மகத்தான வாய்ப்பு. ஏழையின் இன்னலோ, அபலையின் துயரமோ, வறுமையின் வரலாறோ, பெண்ணின் கண்ணீரோ, குழந்தையின் ஏக்கமோ, மழலையின் கல்வியோ, வயோதிகத்தின் வருத்தமோ அடங்கியிருப்பதுதான் ஒவ்வொரு கோப்பும். அரசுப் பணியை அக்கறையுடன் அணுகுபவர்க்கு, பணியே பரிசு; கிடைக்கும் நிறைவே பதக்கம்; மக்களின் மகிழ்ச்சியே விருது''.

நான் எப்போதும் நினைவில் நிறுத்தியிருக்கும் வரிகள் இவை. ஏன் ஒரு வகுப்பறை சகலத்தையும் உள்ளடக்கியதாக இருக்க வேண்டும்? ஏனெனில், எந்த விதை விருட்சமாகும் என யாராலும் கணிக்க முடியாமல் இருப்பதால்தான்.

ஒவ்வொரு வருடமும் ப்ளஸ் டூ வகுப்புகள் துவங்கும்போது, எல்லாக் குழந்தைகளும் பெரும் உற்சாகத்தில் இருப்பார்கள். ''கையைக் கட்டாம கண்ணைப் பார்த்து பேசு'' என்பதில் துவங்குகிறது, எனக்கும் என் பிள்ளைகளுக்குமான நாட்கள். எல்லாமே தான் நினைத்தபடியே நல்லவிதமாகவே நடக்கும் என்பதை, இளம் மனதின் தீவிரத் தன்மையோடு நம்புவார்கள். செல்விக்கும் அதுபோல வண்ணக் கனவுகள் நிறைய இருந்தன. நன்றாகப் படிக்க வேண்டும், நல்ல வேலைக்குப் போக வேண்டும், நிறைய புடவைகள் எடுக்க வேண்டும், மனநிலை சரியில்லாத தங்கைக்கு நல்ல சிகிச்சை தர வேண்டும், ஊர் சுற்றிப் பார்க்க வேண்டும் என பலப்பல கனவுகள். வருடம்

துவங்கியவுடன் வைக்கப்பட்ட ஜூன் மாதத் தேர்வில் முதல் மதிப்பெண் வாங்கினாள். அந்த மாதத்தின் இறுதியிலேயே திடீரென்று காணாமல் போனாள். அவர்கள் குடும்பம் தங்கியிருந்த வீடு அவள் அப்பா வாட்ச்மேனாக வேலை பார்க்கும் இடம், செல்வியின் வீட்டுக்கு அருகில் என எங்கு தேடியும் அவள் கிடைக்கவில்லை. இரண்டு மாதங்களுக்குப் பிறகு திடீரென்று ஒரு நாள் எங்கிருந்தோ லேண்ட்லைன் தொலைபேசியில் பேசினாள். ''அப்பா குடிச்சுக் குடிச்சு வீணாய்ப் போயிட்டார் மிஸ். கையில காசு இல்லாதப்போ கடன் வாங்கி குடிச்சிருக்கார்... கடன் அதிகமாக அதிகமாக, என்ன பண்றதுன்னு தெரியாம யாரோ ஒரு சொந்தக்காரங்க கிட்ட, கடனை அடைக்க என்னைக் கல்யாணம் பண்ணித் தரேன்னு சொல்லிட்டார். அந்தச் சொந்தக்காரங்க எல்லோரும் திடீர்னு ஒருநாள் கல்யாணம் பண்ண வீட்டுக்கு வந்துட்டாங்க. அம்மாவும் நானும் எவ்வளவோ சொல்லிப் பார்த்தோம். கதறி அழுது பார்த்தோம். அவர் கேட்கவே இல்லை. எவ்வளவு போராடியும் இதுல இருந்து தப்பிக்க வழியே தெரியல மிஸ். அன்னிக்கு ராத்திரியோட ராத்திரியா நானும், அம்மாவும் தங்கச்சியக் கூட்டிட்டு அப்பாவுக்குத் தெரியாம வீட்டை விட்டு வெளியே வந்துட்டோம். ரொம்ப தூரம் தள்ளி வந்து, ஒரு சின்ன கிராமத்துல, பயந்து பயந்து ஒரு வீட்டுல குடியிருக்கோம் மிஸ். பிழைப்புக்காக, அம்மா கீரை வியாபாரம் பண்றாங்க, நான் பக்கத்து கடையில வேலைக்குப் போறேன் மிஸ்.. இனிமே படிக்கறத எல்லாம் நினைச்சுக்கூடப் பாக்க முடியாது நீங்க தேடுவீங்களே, சொல்லாம வந்துட்டேனேன்னு எப்பவும் மனசு

அடிச்சுக்கும். அதனாலதான் ஃபோன் பண்ணேன்.. முடியும்போது என்னிக்காவது வந்து டிசி வாங்கிக்கிறேன் காசு தீர்ந்து போச்சு... வச்சுடறேன் மிஸ்'' என்று பொங்கும் அழுகையினூடே அவள் பேசியது இன்னமும் நினைவில் இருக்கிறது. நான் வார்த்தைகள் அற்று நின்ற தருணங்கள் அவை.

பசிக்காக, மானத்திற்காக, பிழைப்புக்காக, சிறு புன்னகைக்காக அத்தனை நாள் வாழ்ந்த வாழ்க்கையை ஒரு நொடியில் மாற்றி கண்காணாத பாதையில் ஓடிக்கொண்டே இருப்பவர்கள் எத்தனை எத்தனை பேர்? ஒவ்வொரு மாதமும் வருகைப் பதிவேடு முடிக்கும்போது ஏதேனும் ஒரு நாள் எல்லாம் சரியாகி செல்வி வந்து விடமாட்டாளா என இதயம் துடித்தபடி இருக்கும். அரசுப் பள்ளி வருகைப் பதிவேடுகளில் ''இடைநிற்றல்'' என்று சிவப்பு மையினால் அழுத்தமாக எழுதப்பட்டுக் கோடிட்ட பெயர்களுக்குப் பின் எத்தனை குழந்தைகளின் சிதைவடைந்த வாழ்க்கைகள் நிரம்பியுள்ளன. கிட்டத்தட்ட ஏழு மாதங்களுக்குப் பின், நாங்கள் எல்லோருமே மறந்து போய்விட்ட பிறகு ஒரு நாளில், டி.சி. வேண்டும் என்று என் எதிரில் வந்து நின்றவர்களைக் கண்டு திகைத்துப் போனேன். படிப்பிலிருந்து விலகி வெகு தூரம் போய்விட்டிருந்தாள். வெகு நேரம் பேசிக் கொண்டிருந்தோம். ''செல்வி, இன்று இந்தத் துயரம் மிகப்பெரியதுதான், ஆனால் நாளை என ஒன்று வரும், அப்போது எதுவுமே கடந்து போய் வாழ்வு சற்று இலகுவாகும். அப்போது நீ படிக்கலாமே என நினைத்தால், கல்லூரிப் படிப்பிலிருந்து தொடங்கும்போது சற்று ஈஸியாக இருக்கும். இப்போது நீ நினைத்தால் கூட ப்ளஸ் டூ பொதுத்தேர்வை எழுத முடியும். கணிதம், இயற்பியல், வேதியல்

பச்சையும் சிவப்புமாய் ஒரு பாதாம் மரம்

பாடங்களைப் புதிதாகப் படிப்பது சற்று சிரமம்தான். ஆனால் தொடர் உழைப்பு இருந்தால் நிச்சயம் பாஸ் மார்க் வாங்கலாம். நான் உன்னுடன் நிற்கிறேன். உன் துயரங்களை முடிந்தவரை இருவருமாகச் சமாளிப்போம். நீ மனதளவில் தேர்வு எழுதத் தயாரானாலே போதும். நன்கு யோசித்து உன் முடிவைச் சொல்லு'' என்றேன். செல்வி நம்பவே முடியாமல் என் கண்களையே பார்த்துக் கொண்டிருந்தாள்.

எழுத்தாளர் பிரபஞ்சன் செல்வச் செழிப்பான குடும்பத்தில் பிறந்தவர். அவர் தங்கை பானு தங்கச் கொலுசுகள் சப்திக்க வீடு நிறைத்து, சுற்றித் திரியும் தேவதை. ஒவ்வொரு பௌர்ணமிக்கும் தன் புத்தகத்தில் வைத்திருக்கும் மயிலிறகு குட்டி போடுமென்று பானு திடமாய் நம்பினாள். குழந்தையின் நம்பிக்கை பொய்த்துவிடக் கூடாதென ஒவ்வொரு பௌர்ணமிக்கும் முந்தைய இரவு குழந்தையின் தந்தை சிறு மயிலிறகு ஒன்றைப் புத்தகத்தில் வைப்பார். விடிந்த பின் குழந்தை அதைக் காணும்போது, மயிலிறகுதான் குட்டி போட்டதென்று அகமகிழ்ந்து போகும். பிரபஞ்சன் கூறுகிறார், ''புத்தகத்தின் மத்தியில் வைக்கப்பட்ட மயிலிறகு குட்டி போடாது என்பதை எந்தப் புள்ளியில் ஒரு குழந்தை புரிந்து கொள்கிறதோ, அந்தப் புள்ளியில் அந்தக் குழந்தை தன் குழந்தைமையை இழக்கிறது'' என. தன் அறியாமையை இழந்த பிறகு ஏற்படும் வலி, துயரம், ஏமாற்றம் ஆகியவற்றால் ஏற்படும் வெற்றிடத்தை யார் நிரப்புவது? கருணாமயமான பாடங்கள், அர்த்தம் பொதிந்த கதைகள், சித்திரங்கள், வண்ணக் கனவுகள், ஆழமான நம்பிக்கைகள், இசை மீதான ரசனைகள் என அந்த வெற்றிடத்தை

ஒரு நல்லாசிரியர் மட்டுமே போக்க முடியும் என்பார் பிரபஞ்சன். எத்தனை அழகிய அர்த்தமுள்ள வரிகள்! ஆசிரியர்கள் கொண்டாட வேண்டிய வாழ்வியல் அழகுகள் இவை அல்லவா?

நம்பிக்கையைப் பரிசளிக்கும் இதயங்கள் மட்டுமே எப்போதைக்குமான தேவை எல்லாருக்கும்.

மிகுந்த சிரமப்பட்டு செல்வியைத் தேர்வெழுதச் சம்மதிக்க வைத்து, அவள் குடும்பத்திற்கான செலவுகளைச் சமாளித்து, பள்ளியிலேயே அவளுடைய உணவுக்கு ஏற்பாடு செய்து, சக மாணவர்களிடம் கொடுத்து ரெகார்ட் நோட் எல்லாம் எழுதி வாங்கி, கட கடவென நிறைவேறின காரியங்கள். தலைமை ஆசிரியர், சக ஆசிரியர்கள் என அனைவரின் ஒத்துழைப்பாலும், ஒவ்வொரு தேர்வும் நல்லபடியாக எழுதி ஐம்பது சதவிகித மதிப்பெண் வாங்கி செல்வி பாஸ் ஆனாள். மாணவர்கள் ஜெயிக்கும் இடங்கள்தான், ஆசிரியர்கள் தங்கள் அடையாளங்களை அடையும் புள்ளிகள். தன் அத்தனை துயரங்களையும் மீறி ஒரு பதினேழு வயதுப் பெண் குழந்தை சாதிக்க முடிகிறது எனில், அதன் முன் நம் உழைப்பெல்லாம் வெகு சாதாரணம்.

காலத்தின் ஓட்டத்தைக் கணிக்க முடியுமா நம்மால்? முகம் மங்கும் மாலை ஒன்றில் கண்ணில் கண்ணீரோடு குடிகாரத் தகப்பன் திரும்பி வர, பிறகென்ன, மறுபடியும் ஒரே கூரையின் கீழ் அனைவரும் வாழத் துவங்கினர். செல்விதான் ப்ளஸ்டூ முடித்தாயிற்றே அதற்குப் பிறகு அவளுடைய வாழ்க்கையை நான் தீர்மானிக்க முடியாதே என நான் விலகி நின்ற தருணத்தில்தான், இந்தப் பிரபஞ்சம் தன் பணியைத் துவங்கியது.

பச்சையும் சிவப்புமாய் ஒரு பாதாம் மரம்

செல்வியைப் பற்றி முகநூலில் நான் எழுதிய பதிவு வைரலாகி, ஆனந்த விகடனில் வெளிவந்து உதவிக்கரம் நீட்டிய கரங்களுள் மிக முக்கியமானவை, சென்னையைச் சேர்ந்த மாற்றம் ஃபவுண்டேஷன் குடும்பத்தினர். அதன் நிறுவனர் சுஜித்குமார், செல்வியின் கல்லூரிப் படிப்பிற்கான முழுச்செலவு, ஹாஸ்டல் செலவு உட்பட அனைத்தையும் அறக்கட்டளை ஏற்றுக் கொள்ளும் எனக் கூறினார். நல்ல கல்லூரியில் அட்மிஷன் தந்து, செலவுகள் அனைத்தையும் ஏற்று, வேலைக்குச் சேரத் தகுதிகளை வளர்த்தெடுத்து, அவளை முழு ஆளுமையாக மாற்றத் தேவையான அனைத்தையும் செய்வதாக சுஜித் சொன்னபோது மலைப்பாய் இருந்தது. காத்திருப்பின் பெருவலியைச் சுகமாக்கும் உயிர்கள்தான் பிரபஞ்சத்தின் பெருங்கொடையெனத் தோன்றியது. அவருடைய ஒற்றைக் கையெழுத்து ஒரு தலைமுறையை உருவாக்கும் அற்புதத்தை நேரில் கண்டேன். கோவையில் பிரபல கல்லூரி ஒன்றில் சேர்ந்து, வகுப்பு முழுக்க நிறைந்திருக்கும் நுனிநாக்கு ஆங்கில வழிக் கல்வி பயின்ற மாணவர்களுக்கு மத்தியில் ஒரேயொரு தமிழ் அரசுப் பள்ளிவழி படித்த மாணவியாக எந்தத் தோல்வியும் இல்லாமல் படித்து, முதல் வகுப்பில் தேர்ச்சி பெற்று வேலைக்கான நேர்காணலை நோக்கிச் சென்று கொண்டிருக்கிறாள் செல்வி. கண்ணுக்குத் தெரியாத வலிகளுடன் நாளும் போராட்டம்தான். ஆனாலும் உறங்கும் குழந்தை பற்றியிருக்கும் கரங்களை, குழந்தை அறியாமல் பிரித்தெடுக்கும் அம்மாவின் கருணையைப் போல, என் கரங்களிலிருந்து செல்வியைத் தத்தெடுத்து, தோள் அணைத்துப்

பரிவோடு பார்த்துக் கொள்கிறார்கள் மாற்றம் ஃபவுண்டேஷன் குடும்பத்தினர். செல்வி சிரிக்கின்ற நிமிடங்கள் எல்லாம் காலத்தின் பக்கங்களில் பதிந்து போன, தீரவே தீராத அழகியல் புகைப்படங்கள். நினைக்கவே திகிலடிக்கின்ற கணங்களைத் தாண்டிப் போய்க் கொண்டே இருக்கிறாள் செல்வி. குலைத்துப் போட்ட நிமிடங்கள் யாவும் கலைந்து போய், புதிய புதிய மனிதர்களோடும், கனவுகளோடும், நம்பிக்கையோடும் விடிந்து கொண்டே இருக்கிறது அவளது நாளைகள்.

அருகில் இருக்கும் பள்ளி, கட்டணம் என ஏதுமில்லை, பெண் பிள்ளையை வீட்டில் தனியாக விட்டுச் செல்ல முடியாது போன்ற காரணங்களுக்காகத்தான் இங்கு அநேகம் பெண் குழந்தைகள் பள்ளி இறுதி வகுப்பு வரையாவது படிக்கிறார்கள். கல்லூரிப் படிப்புக்கு நகரும் பெண்குழந்தைகளின் எண்ணிக்கை மிகச் சொற்பம் தான். ஆனாலும் நாம் ஒவ்வொரு வருடமும் ஆண்களை விடப் பெண் குழந்தைகளே அதிக சதவிகிதத்தில் வெற்றி பெற்றுள்ளார்கள் என்று சலிக்காமல் சொல்லிக் கொண்டே இருக்கிறோம். எது வெற்றி, எது தோல்வி என்றே தெரியவில்லை.

ரீத்தாவை ப்ளஸ் ஒன்னில் நான் கண்டெடுத்தபோது புத்தம் புது மலராக கவலை இல்லாமல் இருந்தாள். சிரிக்கவும், பேசவும் அவளிடம் நிறைய விஷயங்கள் இருந்தன. அடுத்த வருடமே வாழ்வு தலைகீழாய் மாறிப்போனது. படித்துக் கொண்டிருந்த அவள் தங்கை படிப்பை விட்டு விட்டு காதலித்துத் திருமணம் செய்துக் கொண்டுபோய் விட, அம்மா நோயில் விழ, குடும்பம் கடனில் தத்தளிக்க, அப்பா வேலை தேடி வெளியூர் போக,

குடும்ப பாரம் முழுக்க ரீத்தாவின் தலையில் இறங்க, சிரிக்க மறந்தவளானாள். சுற்றம், சொந்தம், குடும்பம் அத்தனை பேரும் அவளை திருமணம் செய்ய பெருங்குரலெடுத்து வற்புறுத்தியபோது, ரீத்தா தீர்மானமாய் சொன்ன ஒரே வார்த்தை, ''இல்ல, நான் படிக்கணும். வேலைக்குப் போகணும்'' என்பது மட்டுமே.

எல்லோரிடமும் தைரியமாய்த் தன் வாழ்க்கைக்காகப் பேசும் அவள் உடைந்து அழுவது என்னிடம் மட்டுமே. ''நான் என்ன படிக்க, எங்க படிக்க, யார் ஃபீஸ் கட்டுவா, எதுவுமே புரியலையே! நீங்கதான் மிஸ் ஏதாவது வழி பண்ணனும் உங்களைத் தான் நான் நம்பியிருக்கேன்'' என அவள் தேம்பும்போது அவளைக் கரையேற்ற வேண்டிய கட்டாயம் புரிந்தது. புகழ்பெற்ற கல்லூரியில் அட்மிஷன் வாங்கியாயிற்று. மூன்று வருடங்களும் முழு ஃபீஸையும் கட்டத் தானாக முன் வந்த தாய் கேன்சர் டிரஸ்ட் நிறுவனர் அரவிந்தனை நன்றியோடு இந்தக் கணத்தில் நினைத்துப் பார்க்கிறேன். பொங்கிப் பிரவகிக்கும் காட்டுச் சுனையைப் போல, யார் யாருடைய கேன்சர் நோய்க்கோ ஓடிச்சென்று உதவும் அரவிந்தன்தான் ரீத்தாவுக்கு ஃபீஸ் கட்டினார். ஒவ்வொரு முறையும் ரிசல்ட் வந்த உடன் விசாரித்து ஊக்கப்படுத்திப் பாதுகாத்த அவருடைய அன்புக்கு எப்படி நன்றி சொல்வது?

ரீத்தா பாவம்... காலேஜ் முடிந்தவுடன் பத்து ரூபாய் சேமிக்க இரண்டு கிலோமீட்டர் ஓடிவந்து பஸ் ஏறி, ஊர் சேர்ந்து, டியூஷன் எடுத்து, வீடு திரும்பி, சமைத்து, அம்மாவை, தம்பியைக் கவனித்து கண் அசரும்போது நள்ளிரவு கடந்திருக்கும். ஒரு நிமிடம் கூட ஆசுவாசமாய் நிற்க விடாமல் சாட்டையைச்

சுழற்றிக் கொண்டே இருந்தது வாழ்க்கை. மூன்றாம் வருட முடிவில் காலேஜ் கேம்பஸில் செலக்ட் ஆகி கால் லெட்டர் வந்தபோது, அவள் அடைந்த சந்தோஷத்தை அளவிட வார்த்தைகளே இல்லை. நியமனக் கடிதத்தோடு, இனிப்புகள் வாங்கிக் கொண்டு, அவள் என் வீடு வந்தபோது, இன்னொரு வாழ்வு வாழ வேண்டுமென, கனவுகள் நிரம்பியிருந்த கண்களை என்னால் அடையாளம் காண முடிந்தது. "சம்பளம் வாங்கி என்னடா செய்யப் போறே?" என்று கேட்டேன். "நல்ல பெரிய ஹோட்டலுக்குப் போய், மெனுகார்டில் விலை பாக்காமல், மனசுக்குப் பிடிச்சதை வாங்கி சாப்பிடணும் மிஸ்" என்றாள். பெரும் இலட்சியவாதங்கள் எதுவும் இல்லாத எளிய கனவுகள்தான் எவ்வளவு அழகாய் இருக்கிறது! துயரங்கள் தான் மனித மனதைத் தூய்மைப்படுத்துகிறது என்பார் டால்ஸ்டாய். எத்தனை சத்தியமான வார்த்தைகள். வாழ்வின் பாடுகள் முடிவதே இல்லை., ஆனால் அந்தப் பாடுகளுக்கிடையே தன் சந்தோஷத்திற்கான வழியைக் கண்டறிந்து விட்டால், பின் பெரும் ஞானம் என வேறு ஒன்று உண்டா?

ப்ளஸ்டூ படிக்கும்போது, ஜெய்சங்கரின் தந்தை அகால மரணமடைந்தார் நோய்மையில் வீழ்ந்து, தேற்றுவார் இல்லாமல் தேம்பிக் கொண்டிருந்த அவன் அம்மாவைப் பார்க்க வேதனையாய் இருந்தது. ப்ளஸ்டூவிற்குப் பிறகு என்ன படிப்பது; எங்கு படிப்பது, எந்தத் திசை நோக்கி நகர வேண்டும் என்கிற எந்த வழிகாட்டுதல்களும் இல்லாமல், ஜெய்சங்கரும் அவன் தம்பியும் நிராதரவாக நின்ற வேளையில்தான் ஒரு ஆசிரியராய் நான் செய்ய வேண்டிய கடமை என்ன என்பது எனக்குப் புரிந்தது

ரிசல்ட் வந்தவுடன் அண்ணன், தம்பி இருவரையும் அழைத்துக் கொண்டு கோவையில் உள்ள புகழ்பெற்ற கல்லூரியில் அட்மிஷனுக்கு நுழைந்தபோது அங்கு யாரையும் தெரிந்திருக்கவில்லை. கியூவில் நின்று அப்ளிகேஷன் வாங்கி, கல்லூரி முதல்வரைப் பார்த்து மாணவர்களின் நிலையை விளக்கி, அட்மிஷன் கேட்கப் போனபோது என்னிடம் எந்தத் தயக்கமும் இல்லை. கேட்ட குரூப்பில் அட்மிஷன் கிடைத்து, பெற்றோர் கையொப்பம் என்கிற இடத்தில் நான் கையெழுத்துப் போட்டு கல்லூரி வாழ்க்கைக்குள் அவர்களை அனுப்பியபோது, திருமதி. வானதி தேவதையென வந்து, சென்னை ஃபவுண்டேஷனைக் குறித்துப் பேசி, கல்லூரிப் படிப்பு முழுவதற்குமான நிதி உதவி அனைத்தையும் வாங்கித் தந்தார். அந்த சென்னை பவுண்டேஷன் நிறுவனரின் முகம் கூட நான் அறிந்ததில்லை. எந்தக் குழந்தைக்கு எந்தத் துயரென்றாலும், வானதி நினைத்த பொழுதில் உதவி செய்யத் தயாராய் இருக்கிறார்.

ஒவ்வொரு வருடமும் கோவையைச் சுற்றியுள்ள பல்வேறு கல்லூரி முதல்வர்களின் அறைவாசலை, ஏதோ ஒரு குழந்தைக்காக நான் மிதிக்கும்போது, என் நினைவில் நிறுத்திக்கொள்வது, ''பெரும் இலட்சியவாதம் என்பது மனிதர்களின் அந்தரங்கங்கள் உறையும் நல்லியல்பைச் சென்று தீண்டும்'' என்கிற ஜெயமோகனின் வரிகள் மட்டுமே.

வாழ்வெனும் இருளடர்ந்த காட்டைக் கடக்க முழு வெளிச்சம் தேவையில்லை. ஓரடி எடுத்து வைப்பதற்கான சிறு தீபத்தின் ஒளி போதுமானது. அடுத்தடுத்த அடிகளுக்கான வெளிச்சத்தை அந்த ஒளியே தந்துவிடும். ஒரு பெரும் பயணத்தை ஒவ்வொரு அடிகளாகக் கடந்து விடலாம், இல்லையா?

எல்லோருடைய மனதிலும் எளியவர்களுக்கு உதவி செய்ய வேண்டும் என்கிற ஆத்மார்த்தமான விழைவு இருக்கத்தான் செய்கிறது என்பது நான் அறிந்த வரையில் வெகு உண்மை. அந்த விழைவைத் தட்டி எழுப்புவது ஒரு ஆசிரியரின் நேர்மை மட்டுமே! இன்னமும் இந்தச் சமூகம் நம்புவது இத்தகைய நம்பிக்கையைச் சுமந்து நிற்கும் இதயங்களைத்தான். எந்தக் கல்லூரிக்கு அட்மிஷனுக்காக நுழைந்தாலும், உங்க ஸ்டூடண்டுக்காகவா வந்திருக்கீங்க? எனப் புருவம் உயர்த்துவார்கள். ஒரு ஆசிரியர் சொல்கிறார் என்பதாலேயே குழந்தையின் நிலையை அக்கறையாகக் காது கொடுத்துக் கேட்பார்கள். தகுந்த ஆலோசனை சொல்வார்கள். நம் நோக்கமும் உழைப்பும் உண்மையாக இருக்கும் பட்சத்தில் நமக்குத் தேவையான உதவியும் அன்பும் இந்தப் பிரபஞ்சத்தின் எந்த மூலையிலிருந்து வேண்டுமானாலும் நிச்சயம் நம்மிடம் வந்து சேரும் என்பதைத்தான் நான் என் குழந்தைகளுக்குத் திரும்பத் திரும்ப வலியுறுத்துகிறேன். ஏனெனில் மனித மனம்தான் அறத்தின் நிகழ்களம்.

இன்றைய தேதியில் உயர்கல்வி என்பது மிகப் பெரும் பொருட்செலவு மிக்கதாக மாறிக் கொண்டிருக்கிறது. முன்பெல்லாம் உயர்கல்வியில் குறைந்தபட்சம் ஐந்து ஆண்டுகளுக்காவது ஒரு துறை சார்ந்த படிப்பு முன்னணியில் இருக்கும். ஆனால் தற்போது ஒவ்வொரு ஆண்டும், ஒவ்வொரு படிப்பிற்கான தேவையும், வேலைவாய்ப்பும் மாறிக் கொண்டே இருக்கிறது. எந்தக் கல்லூரியில் என்ன கோர்ஸ் படிப்பது, படித்து முடிந்தவுடன் வேலை கிடைக்குமா? என்பதெல்லாம் மில்லியன்

டாலர் கேள்விகள். எந்த ஜாம்பவானானாலும் உறுதியாகச் சொல்லமுடியாத இடங்கள் இவை. அன்றைய தேதியில் முன்னோடியாக இருக்கும் கம்பெனிகள், அந்தக் கம்பெனிகளுடன் புரிந்துணர்வு அடிப்படையில் தொடர்பில் இருக்கும் கல்லூரி மற்றும் அதன் பேராசிரியர்கள், பேராசிரியர்களின் நட்பில் இருக்கும் பள்ளி ஆசிரியர்கள், பள்ளி ஆசிரியர்களைப் புரிந்து கொண்ட மாணவர்கள், மாணவர்களின் தனித்திறமையை உணர்ந்து அவர்களை முன்னேற்றப் பக்கபலமாய் நிற்கும் அவர்தம் பெற்றோர் என அனைவரும் ஒட்டுமொத்தமாக இணைந்து செயல்பட வேண்டிய தளம் இது!

படிப்பு என்பது தவம் போல் இருக்க வேண்டும், எதுவுமே அதைக் கலைத்து விடக் கூடாது என்கிற காலமெல்லாம் மலையேறிப் போயிற்று. ஒவ்வொரு வினாடியும் ஏதோ ஒரு விஷத்தைக் கக்கும் ஊடக வெளிச்சத்திலிருந்து இன்றைய பிள்ளைகளைக் காப்பாற்றுவது அவர்களைப் பெற்ற பெற்றோருக்கே மலைப்பாய், திகிலாய் இருக்கும் இந்தக் காலத்தில், எதை நம்பி எளிய அரசுப் பள்ளிக் குழந்தைகளுக்கு உதவி செய்கிறார்கள் இந்த ஃபவுண்டேஷன் மக்கள்? நான் எப்போதும் ஆழ்ந்து சிந்திக்கும் இடம் இது. கண் முன்னே வளரும் கல்லூரிக் குழந்தைகளைச் சமாளிக்கவே போராடும் இந்தக் காலத்தில், எங்கோ கண்காணாத இடத்தில் உள்ள கல்லூரியில் படிக்கும் இந்தக் குழந்தைகளை வழி நடத்துதல் என்பது கத்தி மேல் நடக்குமொரு துணிச்சலான காரியம். தகப்பனின் கண்டிப்போடு சகோதரனின் வாஞ்சையோடு அனைவரையும் அன்பு செய்ய எப்படி சுஜித் சாரால் முடிகிறது? தான் படிக்க வைக்கும் ஒவ்வொரு

குழந்தையின் செமஸ்டர் மார்க் பார்த்து அவர்களை உற்சாகப்படுத்தி மேலே இழுத்துக் கொண்டு போக அரவிந்தனுக்கு யார் கற்றுத் தந்தார்கள்? வாய்ப்புக் கிடைக்கும் போதெல்லாம் ஒவ்வொரு அரசுப் பள்ளியாய்ச் சென்று, முகமறியாத அந்தப் பிள்ளைகளுக்கு அரசுக் கல்லூரியின் அட்மிஷன் நுணுக்கங்களைக் கற்றுத் தரும் பேராசிரியர் மாலதியின் நிபந்தனையற்ற அன்புக்கு இந்த உலகில் என்ன பெயர்? அறமா? இத்தனை துயரங்களையும் மீறி ஏன் உதவி செய்ய வேண்டியுள்ளது இந்த மாணவர்களுக்கு? என்கிற வினாவிற்கு விடை, ''நீங்கள்தான் என் உலகம், உங்களைத்தான் நான் நம்பி இருக்கேன்'' என்கிற உயிர்ப்புள்ள இறைஞ்சுதல் மிக்க ஒரு ஆன்மாவின் குரல் அவர்கள் மனதில் விழுவதும், அதற்கு அவர்கள் உடனே செவி சாய்ப்பதும் மட்டுமே அவர்கள் அனைவரும் இருக்கும் திசை நோக்கிக் கை கூப்பித் தொழுது கொள்கிறேன்.

சமீப காலமாகப் பிரபலமடைந்து வரும் ஒரு கருத்து, "Shadow Teaching - நிழல் ஆசிரியம்" என்பது.

நம்முடைய பெரும்பாலான வகுப்பறைகள், தங்கள் வயதுக்கேற்ற கற்றல் திறனுள்ள குழந்தைகளுக்காகவே இயங்குகின்றன. ஆட்டிசம் காரணமாகவோ, உடல் ரீதியான சவால்கள் காரணமாகவோ, மனவளர்ச்சி உடல் வளர்ச்சியோடு ஒத்துப் போகாததன் காரணமாகவோ சில சிறப்புக் குழந்தைகளும் நம்மோடு கூடவே நம் சமூகத்தில் இருக்கிறார்கள், அவர்களின் கல்வி சார்ந்த, வாழ்வியல் முறை சார்ந்த செயல்பாடுகளுக்காகவே அந்தச் சிறப்புக் குழந்தைகளுக்கென நியமிக்கப்படுபவர்கள்தான் Shadow

Teachers. சிறப்புக் குழந்தைகளின் பெற்றோரால் நியமிக்கப்படுபவர்கள் இவர்கள். அந்தக் குழந்தை கண் விழிக்கும் காலைப் பொழுதிலிருந்து எப்போதும் அவர்களுடன் இருப்பவர்கள். சிறப்புக் குழந்தைகளோடு அவர்கள் கல்விகற்கும் கல்விக் கூடங்களுக்குச் சென்று, அங்கு ஆசிரியர் கற்றுத் தருவதை அந்தச் சிறப்புக் குழந்தைகளுக்கு ஏற்றவாறு எளிமைப்படுத்தி, கல்விச் செயல்பாடுகளில் அக்குழந்தை பின்தங்கி விடாமல் பார்த்துக் கொள்வதே முக்கியமான பணி. அன்றாடச் செயல்பாடுகள், உணவு, அவர்களின் உண்ணும் முறை, பேசும் மொழி, தனித்திறமையை மெருகேற்றுதல், சமூகத்தோடு ஒத்து வாழத் தேவையான திறன்களை வளர்த்துக் கொள்ளுதல் போன்ற வாழ்வின் அனைத்துக் கூறுகளையும் சிறப்பு குழந்தைகளுக்குப் பயிற்றுவிப்பவர் நிழல் ஆசிரியர். சாதாரண ஆசிரியரைக் காட்டிலும் பன்மடங்கு பொறுமையும், நிதானமும் கைகூடப் பெற்று நிபந்தனையற்ற அன்பைப் பொழிவதற்காகவே தேர்ந்தெடுக்கப்பட்டவர்கள் அவர்கள். டிகிரி முடித்த பின் படிக்கும் ஆசிரியர் பயிற்சிப் படிப்பின் போதே, சிறப்புத் குழந்தைகளுக்குக் கற்பிப்பது, அவர்களுடைய சவால்களை அறிந்து கொள்வது எனத் தனியாகவும் படிப்பார்கள். அதற்கான படிப்புகள் நம் ஊரிலேயே மிகச் சில கல்லூரிகளில் உள்ளன.

நிழல் ஆசிரியர்கள், சிறப்புக் குழந்தைகளைப் பெற்றவர்கள் அல்ல, ஆனாலும் பெற்றோரால் கை கூடாத சில விஷயங்களைச் செய்வதற்காகவே உருவானவர்கள் அவர்கள். புன்னகையும், பொறுமையும் இவர்களோடு உடன் பிறந்தவை. இந்த ஆசிரியர்களுக்கும் அவர்களின் சிறப்புக் குழந்தைகளுக்குமான

உறவு, துயரின்றி வாழ ஏங்கும் ஓர் உயிரின் இறைஞ்சுதலும், அதைச் சரியாகக் கை ஏந்திக் கொள்ளும் கருணையும் மட்டுமே. அந்தக் குழந்தைகளால் அவர்களை அடையாளம் காண முடியும், அன்பு செலுத்த முடியும் அவ்வளவுதான். சிறப்பு ஆசிரியர்களால் அந்தக் குழந்தைகளுக்கு நிழலென என்றென்றும் துணையாக நிற்க முடியும். எந்த உரிமையும் கொண்டாட முடியாது. குழந்தைகளின் மன நிம்மதியான வாழ்வொன்றைத் தவிர அவர்களுக்கு வேறெந்த நோக்கமும் இருக்க முடியாது. யோசித்துப் பார்த்தால், இந்த நிழல் ஆசிரியர்களைப் போலத்தான் அரசுப் பள்ளிக் குழந்தைகளைத் தங்கள் கரங்களில் ஏந்தியிருக்கும் பலப்பல நல்ல இதயங்கள். அந்தக் குழந்தைகளைப் படிக்க வைத்து, வேலை பெற்றுத் தந்து, அவர்களை ஆளாக்கிய பின்னர், அவர்கள் தங்கள் வானத்தைத் தேடிப் பறந்து போன பின்னர், இன்னொரு எளிய இதயத்திற்காய் எப்போதும் காத்திருப்பவர்கள். இந்த இயற்கை தனக்களித்த அத்தனை நற்கருணையும், தன்னைத் தாண்டி மற்றவர்களுக்கும் பயன்படத்தான் என நம்பும் இந்த ஒப்பற்ற மனிதர்கள் இந்தப் பிரபஞ்சத்தின் நற்கொடை.

சுஜித் சாரோ, அரவிந்தனோ, மாலதி அருணாச்சலமோ, வானதியோ இன்னுமின்னும் என் பிள்ளைகளை நோக்கி இரு கரங்கள் விரித்திருக்கும் அன்பு இதயங்கள் அனைவரையும், ஏதோ ஒரு குழந்தை, கருணையின் உச்சமான 'இறைமை' என்றே இவர்களை நன்றியோடு தன் வாழ்நாளெல்லாம் நினைத்து மனம் கசிந்திருக்கும். ஒரு எளிய உண்மையான இதயத்தில் வாழ்நாளெல்லாம் வாழ்ந்திருப்பதை விடவும் வாழ்வின் பெரிய பரிசென்று ஒன்று இல்லை.

சேமித்து வைத்து, எப்போதும் திரும்பத் திரும்ப வாசித்துப் பார்க்கும் தி.ஜானகிராமனின் சில வரிகளை கண்ணீர் மல்க மற்றொரு முறை வாசிக்கிறேன், ''நமக்கு இருதயத்திலே எப்போதும் ஒரு தீபம் வேண்டும். சமயத்துக்கு அது அந்தகாரத்தை நீக்கி வழிகாட்டும்; அருள் கிடைக்கிற பாதையைக் காட்டும்; தைரியம் கொடுக்கும்; தெம்பு கொடுக்கும்; ஒவ்வொரு கணமும் அந்தச் சக்தி நம்மை ஆதாரமாகத் தாங்கிக் கொண்டிருக்கும். துக்கம் வரும்போது சகித்துக் கொள்ளச் சக்தி கொடுக்கும். ஆனந்தம் வரும்போது நிதானமாக அனுபவிக்கச் சொல்லும். சுயநலத்தை அறுத்தெறியும், ஐஸ்வர்யம் கிடைக்கும்போது அதைப் பொதுச் சொத்தாகக் கருதி, பிறரோடு பகிர்ந்து கொள்ளும். மனுஷத் தன்மையைக் கொடுக்கும். நாட்டில் பார்க்கும் பெண்களையெல்லாம் நடமாடும் தெய்வங்களாகப் பார்க்கச் செய்யும்; அகந்தையை அறுக்கும்''.

மோக முள் எழுதி எத்தனையோ ஆண்டுகள் ஆன பின்னரும், காவியமாய் ஒளிரும் இந்த வரிகளை வாசிக்கும் போதெல்லாம், நெஞ்சம் துடிக்கிறது. மனம் பூத்து, எண்ணம் தெளிந்து, குழப்ப மேகங்கள் விலகிச் சிந்தை அமைதியாகிறது. பரந்து விரிந்திருக்கிற ஆகாயத்தை ஏறிட்டு நோக்கி, கண் முழுவதும் அதன் எல்லையற்ற எல்லையைத் தேக்கி வைத்துப் பத்திரமாக மூடிக் கொள்கிறேன்.

பிரியங்களுடன்

முத்தரசி

அரூபத்தின் நிழல்

''எனக்குள் தேங்கியிருக்கும் ஆசிரியம்'' என்கிற ஷைலுவின் கட்டுரையை வாசித்த மனநிலையோடு இதை எழுத முயல்கிறேன். ஒரு கல்லூரிப் பேராசிரியராய்த் தன் நீண்ட பயணம் குறித்த பெருமிதத்தை, கல்வி எனும் பாதை செல்லும் திசையை, வாழ்வு குறித்த அனுபவங்களை, பாடங்களைத் தொலைத்த வகுப்பறைகளை வடிவமைத்த விதங்களை ஷைலு சொல்லச் சொல்ல, என் வாழ்வை நான் சற்றுத் திரும்பிப் பார்த்துக் கொண்டேன். சில எழுத்துகளில் மட்டும் தான் நம்மை நாம் திரும்பிப் பார்க்கும் மனநிலை வாய்க்கும், ஏதேதோ நினைவுகள் ஒன்று ஒன்றுடன் கை கோத்து பிரம்மாண்டமாய் என்னுள் எழுந்து நின்றது.

ஐந்தாம் வகுப்புப் படிக்கும் போது, 'ஆசிரியர்' என்கிற சுடரொன்று என் அகத்தைத் தீண்டியதை உணர்ந்திருக்கிறேன் பிடித்த ஆசிரியரின் பின்னாலேயே சுற்றும் பேதமையில் இருந்திருக்கிறேன். பத்து வயதில், எங்களின் சின்ன விழிகள் ஆச்சரியத்தில் விரிய அறிவியலைக் கற்றுக் கொடுத்த இந்திரா டீச்சரின் ஆளுமைதான் என் நெஞ்சில் விழுந்த முதல் விதை,

காலத்தின் ஓட்டத்தில், அந்த விதை, மதுரவல்லி டீச்சர், சவரியம்மாள் மிஸ், அனுராதா மேடம், பெயர் மறந்து போன ஒரு தமிழாசிரியை எனக் கிளை பரப்பி விருட்சமாய் வளர்ந்து நின்றது. ஒவ்வொருவரும் தத்தம் தனித்தனி அடையாளங்களால் என் நெஞ்சில் எப்போதும் நிறைந்து இருந்தார்கள். ஆசிரியராய் ஆவதொன்றே என் குறிக்கோள் என நானே முடிவு செய்து கொண்டேன்.

கல்லூரிப் படிப்பு முடிந்து, ஆசிரியராய் முதல் நாள், வகுப்பில் நின்றபோது, என் மனது மானசீகமாய் தன் சந்தோஷச் சிறகுகளை அணிந்து கொண்டது. பிரியத்திலும், தனித்தன்மையிலும் மிளிர்ந்து, தன் பேரன்பால் குழந்தைகளை அணைத்துக் கொண்ட ஆசிரியர்களின் கோட்டோவியங்களை என் நினைவில் சுமந்து வகுப்பில் மாணவர்களைச் சந்தித்தபோது ஏதோ சாதித்த சந்தோஷம் வந்தது.

துவக்கத்தில் நான் பணிபுரிந்தது எல்லாம் தனியார் பள்ளிகளில்தான்! பயத்தையும், நிச்சயமின்மையையும், அதிகாரத்தையும் சரிவிகிதத்தில் கொண்டிருந்த அப்பள்ளிகளில், என் தனித்திறமையை நிரூபித்து, வேலையைத் தக்க வைத்துக் கொள்வதற்கே பெரும் மெனக்கெடல் தேவையாய் இருந்தது. ஒழுங்கு, கட்டுப்பாடு, பாடத்திட்டம், தேர்வுகள், அதன் முடிவுகள் என்கிற நேர்க் கோட்டில் பயணித்த காலங்கள் அவை. ஆனாலும் ஆசிரியம் சார்ந்த உள்ளார்ந்த ஒரு கருத்து, அல்லது திட நம்பிக்கை உருவான நாட்கள் அவை. ஆசிரியர் என்பவர் வகுப்பில் எவ்வாறு நிற்க வேண்டும், எப்படி நடக்க வேண்டும், பேச வேண்டும், குழந்தைகளோடு எந்த அளவு பழக வேண்டும்,

என்பதெல்லாம் தீவிர விதிகளால் வடிவமைக்கப்பட்டிருந்தது. சம்பளம் குறித்தான குறைகளைக் கேட்பதற்கெனக் காதுகள் எதுவும் அப்போது நிர்வாகத்திடம் இருக்கவில்லை. கேட்பதற்கு எனக்குக் குரலும் இல்லை.

பதினைந்து வருட நெடிய பயணத்தை முடிவுக்குக் கொண்டு வந்து, அரசுப்பணிக்கான ஆணையை வலுக்கட்டாயமாகக் கரங்களில் திணித்தது காலம். நானெல்லாம் தேடலினால் அல்ல, கட்டாயத்தினால் அரசுப் பணியில் சேர்ந்தவள். நீலகிரி மாவட்டத்தில், கேரளா கர்நாடகா எல்லைக்கு அருகில், தேவாலா என்றொரு சின்ன கிராமத்தில் முதல் பணி, கணவரின் வேலை, குழந்தையின் படிப்பு, எனச் சீராகச் சென்று கொண்டிருந்த வாழ்வை விசிறியடித்தது அந்த ஆணை, கணவர் வேலையை ராஜினாமா செய்தார். குழந்தையின் படிப்பு பாதிக்கவேண்டாமென அவனை அம்மா வீட்டில் விட்டோம். வீட்டையே மொத்தமாய்க் காலி செய்து முன்பின் அறிமுக்மில்லாத ஊரில் போய் இறங்கியபோது, மனம் முழுக்க பயம் பரவியிருந்தது. எந்த முன்முடிவுகளுமின்றி வெறுமையான மனதோடு, தேவாலா அரசுப் பள்ளியை அடைந்தபோது, ஈரமழையொன்று பெய்து ஓய்ந்திருந்தது.

நுரையீரலின் நுனி வரை சென்று குளிர்வித்துத் திரும்பிய பனிப்புகை உடலைத் தழுவிக் கடந்து போனது. நீரில் நிறைந்திருந்த மேகங்கள் எந்த நிமிடமும் பொழியத் தயாராயிருந்தன. பச்சைப் பசேலென்று விரிந்து, குடை போல் பரந்திருந்த தேயிலைத்தோட்டங்களுக்கு நடுவில் அமர்ந்திருந்தது அந்தப் பள்ளி. தொடர்ச்சியாய் மழையை

மட்டுமே பார்த்துக் கொண்டிருந்த கட்டிடச் சுவர்கள், பாசிப் பச்சை ஆடையைப் போர்த்திக் கொண்டிருந்தன. கட்டிடங்கள் ஒவ்வொன்றும் ஒவ்வொரு திசையிலிருந்தன. மெலிதாய்த் தூறிக் கொண்டிருந்தது. மாணவர்கள் அங்குமிங்கும் ஓடிக்கொண்டிருந்தனர்.

கண்ணில் விழுந்த காட்சிகள் எதுவும் நினைவில் பதியாமல் ஆபீஸ் ரூமில், நீட்டிய இடத்தில் கையெழுத்துப் போட்டுவிட்டு அமைதியாய் அமர்ந்திருந்தேன். மறுபடியும் மழை வலுக்கத் துவங்கியது. வராண்டாவில் ப்ளஸ் டூ மாணவர்கள் வரிசையாக அமர்ந்து தேர்வு எழுதிக் கொண்டிருந்தனர். நான் பதவி ஏற்றுக் கொண்ட பணியிடத்தில் ஏற்கெனவே பணிபுரிந்து கொண்டிருந்தவர் சொந்த ஊருக்குத் திரும்பிப் போகிற சந்தோஷத்தில் இருந்தார். மதிய உணவுக்குச் செல்வதற்காக மழை ஓயக் காத்திருந்த குழந்தைகள் சிநேகமாய்ப் புன்னகைத்தனர். ‘‘நீங்கதான் புது டீச்சருங்களா?’’ என்றனர். ‘‘சாப்டீங்களா டீச்சர்? வாங்க சாப்பிடலாம்’’ என்றனர் சிலர். மெதுவாய்ப் புன்னகைத்தேன். ‘‘இல்லப்பா, ஹோட்டல்ல சாப்பிடணும். நான் போய்க்கறேன்’’. என்றேன். ‘‘நான் கூட வரவா டீச்சர்?’’ என்றார்கள். வேணாம் என்று தலையசைத்து விட்டு, மெதுவாய் அவர்களைக் கடந்து வந்தேன். முதுகுக்குப் பின், அவர்களின் பார்வையை உணர முடிந்தது.

மழை சற்றுக் குறைந்து, வானம் வெளுத்தபோது, மதிய உணவுக்கு அப்பா, அம்மா, தம்பி, நான் எல்லோரும் கிளம்பினோம் பெரிய ஊரெல்லாம் இல்லை அது, குக்கிராமம். பஸ் செல்லும் பாதையின் இருமருங்கிலும் சில வீடுகளும்

கடைகளும் இருந்தன அவ்வளவே. பேருந்து நிலையத்தை ஒட்டியே இருந்தது அந்த மெஸ். மஞ்சள் குண்டு பல்பின் ஒளியில், கேரள அரிசிச் சோற்றில் குழம்பென ஒன்றை ஊற்றினார் ஹோட்டல் முதலாளி. "எப்பவும் இப்படித்தான் மழை பெய்யுமா?" என்று கேட்டேன். "டீச்சரே, வருஷத்துல ஆறு மாசம் இப்படித்தான் சிரபுஞ்சிக்கு அடுத்து, அதிகமா மழை பெய்யற இடம் இது. ஆனா ஒண்ணு எங்கயும் தண்ணி தேங்காது. அடிச்சுக்கிட்டு போயிடும், போகப் போக உங்களுக்குப் பழகிடும்" என்று மலையாளம் கலந்த தமிழில் சொன்னார்.

திரும்பும் போது மறுபடியும் மழை, பிள்ளைகள் வகுப்பிற்கு வெளியே, "நீங்கதான் புது டீச்சரா? எப்ப கிளாஸ்க்கு வரீங்க?" என்று ஆர்வமாய்க் கேட்டபோது, சட்டென்று என்மேல் கழிவிரக்கம் மிகுந்து ஏதோ ஒரு எரிச்சல் மனதில் மண்டியது. எதுவும் பேசாமல் கடந்து சென்றுவிட்டேன்.

அன்றிரவு மின்னலின்றி, இடியின்றி அடர்த்தியாய்ப் பெய்து கொண்டிருந்த மழையைப் பார்த்துக் கொண்டிருந்தேன். குழந்தையின் நினைவு மேலெழுந்து, துயரம் தொண்டையை அடைத்தது. "யார் கேட்டா இந்த ஊர்ல வேலையை?" என்றொரு கேள்வி மனதில் பேயாட்டம் ஆடியது. அடையாளம் இல்லாத பேரச்சம் என் முன் விஸ்வரூபம் எடுத்து நின்றது.

அம்மாவும் அப்பாவும் அருகில் அமர்ந்திருந்தார்கள். அப்பா மெதுவாகப் பேசத் துவங்கினார். "இதுநாள் வரை நீ பார்த்த மனுஷங்க பழகின இடம், தெரிந்த பள்ளி போல இது இல்லை என்பது எனக்கு தெரியும். இது அரசுப் பள்ளி. நான் படித்தது, நீ படித்தது, நம்மைச் சுற்றி இருக்கும் பெரும்பான்மையோர் படித்து

மேலேறி வந்தது இந்தப் பள்ளிகளில்தான். தனியார் பள்ளியில் நீ பெற்ற சம்பளத்திற்கும், இங்கு நீ பெறப்போகும் சம்பளத்திற்கும் ஏணி வைத்தாலும் எட்டாது. அரசுப் பணியின் பெருமை, நிம்மதி குறித்து நான் ஏதும் சொல்லப்போவதில்லை. காலப்போக்கில் நீயே புரிந்து கொள்வாய். ஆனால் நான் சொல்ல விரும்புவது வேறு, அரசுப் பள்ளி என்பது ஒரு சமூகத்தின் மினியேச்சர். இது எளிய மனிதர்களுக்கான கோட்டை. இங்கே நல்லதையும், கெட்டதையும், கீழ்மைகளையும், மேன்மைகளையும் இந்தக் குழந்தைகள் பெரும்பாலும் தங்கள் ஆசிரியர்களிடமிருந்தே கற்கிறார்கள். உன்னால் இவர்களின் வாழ்வு சற்றேனும் உயருமானால், அதுவே நீ உன் பணியை அளவு கடந்து நேசிப்பதற்கான பொருள். மழையிலும், குளிரிலும் பல மைல்கள் கடந்து, நல்லதொரு கல்வி அனுபவம் தரும் மேன்மைக்காக உன் முன் அமர்ந்திருக்கும் இந்தக் குழந்தைகளிடம் நீ உன்னைத் தகுதிப்படுத்திக் கொள். அது ஒன்றே நீ அவர்களுக்குச் செய்யும், உன் பணிக்குச் செய்யும் அதிகபட்ச நேர்மையாக இருக்க முடியும். எல்லாம் இருப்பவனுக்கு நீ எதற்கு? எதுவுமற்றவனுக்குத்தான் நீ தேவை. இந்தக் குழந்தைகளை நீ பார்த்துக் கொள், உன் குழந்தை எங்களிடம் பத்திரமாக இருப்பான்". அப்பா பேசி முடித்தபோது மழை ஓய்ந்திருந்தது. இது நான் ஓடியே தீர வேண்டிய பாதை, வாழ்ந்தே ஆக வேண்டிய வாழ்க்கை என்பது புரிந்தது. விடியாத இரவென்பது எது?

ஒவ்வொரு நாளும் ஒரு புது விடியல்தான், இல்லையா? பதினான்கு வருட அனுபவத்தைத் துடைத்தெறிந்து விட்டு,

முற்றிலுமொரு புது மனதோடு, எந்த நிபந்தனைகளும் இல்லாமல் தேவாலா பள்ளிக் குழந்தைகள் முன்பு நிற்கும்போது, "பூத்திருக்கும் ஒவ்வொரு செடியும் வைத்திருக்கிறது, மறுநாள் பூப்பதற்கென சில அரும்புகளையாவது" என்கிற எழிலின் கவிதை மனதில் பூத்திருந்தது.

முதல் நாள் வகுப்பில், குழந்தைகளிடம் பெயர் விசாரித்து, என்னைப் பற்றிய அறிமுகம் பகிர்ந்து, பாடம் எடுக்க முனைந்த போதுதான், அந்த நெருக்கடியை உணர்ந்தேன். இயற்பியலை, தமிழில் நடத்த முடியாமல், மொழி ஒரு தடையாக இருப்பதை உணர முடிந்தது. புத்தகத்தைப் பார்த்து வாசித்து, விளக்க வார்த்தைகளைத் தேடித் திக்கிய போதுதான் சூழலின் தீவிரம் உறைத்தது. கிட்டத்தட்ட பதினைந்து வருடம், ஆங்கில மீடியத்தில் பணிபுரிந்த அனுபவம், தமிழ் மீடியத்தில் பத்து நிமிடங்களைக் கூடக் கடக்கப் போதவில்லை என்பது அப்போதுதான் புரிந்தது. வேறெந்த துக்கத்தை விடவும் இது பெரிதாகி, நெஞ்சை அடைத்தது. தட்டுத் தடுமாறிப் பேச முயன்றபோது, அத்தனை குளிரிலும் வியர்த்தது. அடர் மௌனத்தோடு பிள்ளைகள் என்னையே பார்த்துக் கொண்டிருந்தனர்.

பாடம் எடுக்கத் தெரியாமல் நிற்கும் அவமானத்தை முதல் முறையாய் உணர்ந்தேன். பெல் அடிக்கும் வரை கையறு நிலையில் நின்றிருந்துவிட்டு வகுப்பை விட்டு வெளியே வந்த போது முழுமையாய்த் தளர்ந்திருந்தேன். பிள்ளைகள் மதிக்கவே மாட்டார்கள் என்பது உறுதியாகத் தெரிந்தது. யாரிடம் உதவி கேட்பது? என்னவென்று கேட்பது? அன்றிரவு முழுவதும்

மறுநாள் எடுக்க வேண்டிய பாடத்தைப் பல நூறு முறை படித்துப் பார்த்து மனனம் செய்துக் கொண்டேன்.

கை நிறையக் குறிப்புகளோடு மறுநாள் வகுப்பிற்குள் நுழைந்தபோது, வகுப்பு இரண்டே நொடிகளில் அமைதியானது. நாற்பது பேரின் பார்வையும் என்மேல் விழுந்திருந்தது. சித்திரம் என்பது கைப்பழக்கம், செந்தமிழில் பேசுவதென்பது, நாப்பழக்கம், ஆனால் கல்வி மனப்பழக்கம், பயிற்சி அவசியம். எடுத்து வைத்த குறிப்புகள் சட்டென்று காற்றடித்துக் கலைந்து போன மேகமாய் மாற, தொண்டை அடைத்து, குரல் உடைந்து, கண்ணீர் உடைந்து சிதறும் அந்தக் கடைசி நொடிக்கு முன்னதாகச் சட்டென்று எழுந்தான் ஒருவன். ''இத்தனை வருஷம் இங்கிலீஷ் மீடியத்துலேயே வேலை பாத்தீங்கல்ல, அதான் தமிழ்ல பேசக் கஷ்டப்படறீங்க. நீங்க எதுக்கும் கவலைப்பட வேண்டாம். நீங்க என்ன பாடம் எடுக்கப்போறீங்கன்னு முதல் நாளே சொல்லிடுங்க, நாங்க எல்லோரும் முடிஞ்ச வரைக்கும் படிச்சுட்டு வந்துடறோம். நீங்க மெதுவா இங்கிலீஷ்லயே எடுங்க, நாங்க புரிஞ்சுக்க முயற்சி பன்றோம். தைரியமா இருங்க டீச்சர்'' - புன்னகை மாறாமல் அவன் பேசிய பின்பு இன்னும் அதிகமாய் வலித்தது.

கண்ணீர் திரையிட்டிருந்த கண்களின் ஊடாகப் பார்த்தபோது, நாற்பது முகங்களுமே புன்னகையில் ஒளிர்ந்திருந்தன. ஒரு எள்ளளவும் கேலி இல்லை, கிண்டல் இல்லை, சிறு இகழ்ச்சியும் இல்லை. துயரத்தையும் மீறி, சிறிய வியப்பொன்று முளை விட்டிருந்தது. மூன்று மாதங்கள் ஆன போது, எனக்குத் தமிழில் முழுமையாய் வகுப்பு எடுக்கக் கூடி வந்தது. அதைத் தாண்டி

அவர்களைப் புரிந்திருந்தது. இலங்கைக் கலவரத்தில் புலம் பெயர்ந்து வந்தவர்களை அங்கு குடி அமர்த்தியிருந்தனர். வான் இன்றி, நிலம் இன்றி உறவு இன்றி, பிழைக்க வந்த இடத்தில் அவர்கள் வாழும் நிலை உறைத்தது. கொட்டும் மழையிலும் தேயிலை பறிக்க எஸ்டேட்டுக்கு ஓடும் மக்களைப் பார்த்தபடியே வெகுநேரம் நின்றிருப்பேன். சாலை வசதி கூட இல்லாத கிராமங்களில் இருந்து அடர்ந்த மலைக்காடுகளின் ஊடே நடந்து வரும் குழந்தைகளைப் பார்க்க அதிசயமாய் இருந்தது. ''டீச்சர், இன்னைக்கு யானை ஊருக்குள்ள வந்துடுச்சு. கொஞ்சம் சீக்கிரமாய்ப் போகட்டுங்களா?'' என்று கேட்கும் பையனிடம், ''நீ ஸ்கூல்லதானே இருந்தே, அங்க யானை வந்தது எப்படித் தெரியும்?'' என்றேன். தூரத்து மலை ஒன்றில் காட்டு யானைகள் கூட்டமாக மேய்வதை அடையாளம் காட்டினான். அவர்களின் பார்வையும், மனமும் முழுமையாய் இயற்கையோடு ஒன்றியிருந்தது.

மழை பொழியும் காலங்களில் வீட்டின் முற்றம் வரை துணைக்கு வந்தார்கள். சந்தனத் தீற்றல் சிரித்த நெற்றியுடன், என் ஆஸ்துமாவுக்கென ஏதேதோ மருந்து கொண்டு வந்து தந்தார்கள்.

கல்வியில் நீலகிரி மாவட்டம் எப்போதும் மற்ற மாவட்டங்களை விடச் சற்றுப் பின்தங்கியே இருக்கும். அங்குள்ள சூழல் அப்படி. பெரும்பாலும் அரசுப் பள்ளிகளில் காலியிடம் மிகுந்திருக்கும். அப்படியே ஆசிரியர்கள் போனாலும் இரண்டொரு வருடங்களில் கீழிறிங்கி விடுவார்கள். மாறுதல் ஆணை வாங்கியிருந்தாலும், கல்வி ஆண்டின் முடிவில்

தான் ஆசிரியர்கள் விடுவிக்கப்படுவார்கள் என்ற சிறப்பு அரசாணை இது போன்ற மலை மாவட்டங்களுக்கென உள்ளது.

எப்போதும் பற்றிப் படர்ந்திருக்கும் வறுமை, ஒரு இன்சொல்லையும் கண்டிராத குடும்பச் சூழல், மனம் முழுக்க எப்போதும் நிரம்பியிருக்கும் தாழ்வு மனப்பான்மை, ஒரு சிறு புன்னகைக்கும் அங்கீகாரத்திற்கும் ஏங்கும் மனது இதெல்லாமாகத்தான் அந்தப் பள்ளிக் குழந்தைகள் என் முன் அமர்ந்திருந்தனர். பெரும்பாலும் அரசு பள்ளிக் குழந்தைகள் இப்படித்தான். ஆனாலும், இந்தத் துயரங்களையெல்லாம் மீறித்தான் அவர்கள் என்னை மேன்மையாய் நடத்தினார்கள். ''சிக்கல்களின் நெரிசல்களுக்கு இடையில் மனிதர்கள் சதா நோன்பிருப்பது அன்பெனும் சிறு வரத்திற்கு'' என்கிற கல்யாண்ஜியின் கவிதையை நினைவூட்டிக் கொண்டே இருந்தார்கள்.

முழுமையாய் இரண்டு வருடங்கள் அவர்களுடன் வாழ்ந்திருந்தேன். என் அனுபவங்களையெல்லாம் வாழ்க்கை ஒன்றுமில்லாமல் ஆக்கி மறுபடியும் துவக்கப் புள்ளியில் என்னைக் கொண்டு வந்து நிறுத்தியிருந்தது. கால வெள்ளத்தில் நான் தொலைத்திருந்த என் எழில் முகத்தை, வாசிப்பும், கதைகளும், சிரிப்பும், கவிதையும் கூட ஆசிரியரின் ஒரு முகமே என்பதை எனக்கு அவர்கள்தான் புரிய வைத்தார்கள்.

அங்கிருந்து வந்து பல வருடங்கள் ஓடி விட்டன. ஆனாலும் அந்த முதல் வருடக் குழந்தைகளை மறக்க முடியவில்லை. ஒவ்வொரு மழைக்காலமும், அவர்களின் நினைவுகளையும் முகங்களையும் கூட்டிக் கொண்டு வந்து விடுகின்றன. ''ஜீப்

டிரைவர் ஆவதுதான் என் குறிக்கோள்'' என்று வெள்ளந்தியாய்ச் சிரித்த குழந்தையை நினைத்தால் இப்போது என்ன செய்து கொண்டிருப்பான் என்கிற எண்ணம் ஓடுகிறது. போக்குவரத்து வசதிகள் இல்லாத, இயற்கைச் சீற்றத்தினால் தத்தளிக்கும் கிராமத்தைச் சேர்ந்த ஒரு மாணவனுக்கு வேறென்ன கனவுகள் பெரிதாக இருந்துவிட முடியும்? நல்ல கல்லூரியில் படிக்க மலையை நீங்கி கோயம்புத்தூர் வரவேண்டும். பொருளாதாரச் சூழல், அதற்கு இடமளிக்காது. சிறகுகள் விரித்துப் பறக்க வானமற்று சிறு கிராமத்துக்குள்ளேயே உழலும் அந்தக் குழந்தைகளைப் பார்க்கும் போதெல்லாம், என் சூழலைக் காரணம் காட்டி, சொந்த ஊரில் வந்து அமர்ந்திருக்கும் என் சுயநலத்தின் மீது கோபம் வருகிறது. கோவையின் டிபார்ட்மெண்ட் ஸ்டோரில் வேலை பார்க்கும் பையனைப் பார்க்கும் போதெல்லாம் ''தம்பிக்குக் கொடுங்க'' என்று சிரித்த முகத்தோடு அவன் தரும் சாக்லேட் சுடுகிறது. திருப்பூரில் பனியன் கம்பெனியில் வேலை பார்க்கும் சோபன், குடும்பத்தின் நல்லது கெட்டதுகளில் எப்போதும் உடனிருக்கிறான். பத்து வருடங்கள் கழித்தும் அதே அன்போடு ''என்னன்னாலும் சொல்லுங்க, உடனே செய்துடலாம்'' என்று எப்போதும் பேசும் பிரகாஷை நினைத்தால் ஆச்சரியமாய் இருக்கிறது.

மேற்குத் தொடர்ச்சி மலை அடிவாரத்தில், மஞ்சள் நிற சாமந்திப் பூக்கள் மலர்ந்து சிரிக்கும் வீட்டிலிருந்து கொண்டு ஃபோன் பேசும் ப்ரீத்தி, எப்போதும் மனதை மலர வைக்கிறாள்.

மாறுதல் ஆணை வாங்கிக் கொண்டு, தேவாலா பள்ளியை விட்டுக் கிளம்பியபோது, பள்ளியைத் திரும்பிப் பார்த்தேன்.

மழை சுமந்த மேகங்கள் விரைந்து கொண்டிருந்தன. இந்தப் பிள்ளைகள் எனக்குச் சொல்வது என்ன?

எதிர்பாரா திருப்பங்களையும், துயரங்களையும் தரும் இந்த வாழ்க்கைதான், நாம் மீண்டெழுவதற்கான மனிதர்களையும் அருள்கிறது. வருடங்கள் பல ஆன போதிலும், ஆசிரியர் - மாணவர் உறவு தாண்டி, எல்லோரும் எங்கெங்கோ போய்விட்ட பிறகும், உண்மையான அன்பும் பிரியமும் மட்டும் சலிப்படைவதே இல்லை, எப்போதும்.

திசையறியாப் பயணம்

அம்மா அசைவற்றுப் படுத்திருந்தார். கண்கள் மூடியிருந்தன. சுவாசம் சற்றுச் சிரமத்துடன் ஏறி இறங்கிக் கொண்டிருந்தது. நாங்கள் அவரிடம் பேசுவதை அவர் கேட்கிறாரா எனத் தெரியவில்லை. ஆனாலும் பேசிக் கொண்டிருந்தோம். அவர் கரங்களைப் பற்றி, நெற்றி தடவி விட்டு. கால்களை அழுத்திக் கொடுத்துக் கொண்டு, நாங்கள் நால்வரும் பேசிக் கொண்டிருந்தோம். காற்றில், வெளியில் எங்கெங்கும் நிறைந்திருந்த ஆக்ஸிஜனை சுவாசிக்க முடியாமல் படுத்திருந்தார். பார்த்துக் கொண்டிருக்கும் போதே, மிக நீண்ட சுவாசத்தோடு, மிக மென்மையாக, அமைதியாக மூச்சு அடங்கியிருந்தது.

ஏதோ இனம் தெரியாத பயம் ஒன்று நெஞ்சை நிறைத்து, தொண்டை அடைத்துக் கொண்டது, ஒரு பூ உதிர்வதைப் போல, எந்தச் சலனமும் இல்லாமல், அமைதியாய் இந்த மனித வாழ்விலிருந்து உதிர்ந்து, உறங்கிப் போயிருந்தார் அம்மா, அம்மாவின் முகத்தில் எப்போதும் பூத்திருக்கும் அந்தச் சிரிப்பு அவர் முகத்தில் நிரந்தரமாய்த் தங்கியிருந்தது. அம்மாவின் மூச்சு

நின்ற அந்தக் கணத்தில், உண்மையாகவே என்ன செய்வதென்று புரியவில்லை. மரணம் தானா என்பதை உறுதிப்படுத்த வேண்டுமா, இல்லை, நினைவுதான் தப்பிப் போயிருக்கிறதா என்பதைத் தெரிந்து கொள்ள வேண்டுமா? உடனடியாய் டாக்டரை அழைக்க வேண்டுமா எதுவும் மூளையில் உதிக்கவில்லை. இதோ, அடுத்த மூச்சு இன்னும் சில நொடிகளில் திரும்பி, மறுபடியும் சீராக சுவாசிக்கத் துவங்கி விடுவார்கள் என்றே மனம் திடமாய் நம்பியது. டாக்டர் வந்து காலமாகி விட்டார் என்று சொன்னபோதும், அம்மாவின் உடலைச் சுமந்து கொண்டு வீடு வந்து சேர்ந்த பின்னரும், உறவினர், உற்றார் அனைவருக்கும் சொல்லி அனுப்பிய பின்னரும், வண்ண வண்ணமாய்த் தன் உடல் மேல் போர்த்தப்பட்டிருந்த ரோஜாப்பூ மாலைகளோடு அம்மா கிளம்பிய பின்னரும், ஆம்புலன்சில், கண்ணீர் பார்வையை மறைக்க, உறைந்திருந்த அவள் முகத்தைப் பார்த்துக் கொண்டே பயணித்த போதும், முகத்தில் பூத்திருந்த சில்லென்ற சிரிப்பைத் தொட்டுப் பார்த்த மறு விநாடி, கொழுந்து விட்டெரியும் தீயினுள் அம்மா ஐக்கியமான பின்னரும், மனம் நம்ப மறுக்கிறது, "அம்மா இல்லாமல் போனாள்" என்பதை.

அன்பென்ற உணர்வின் ஆதியாய் இருப்பவள் அம்மா. நாம் மறந்து போன நம் கடந்த காலத்தின் சந்தோஷங்களை, எத்தனை வயதானாலும் நம் மீதான அக்கறையை, பிரியத்தை, "சாப்பிட்டியா" என்கிற கேள்வியை எல்லா அம்மாக்களும் தங்களோடு எடுத்துக் கொண்டு போய்விடுகிறார்கள். அவளற்ற உலகில், சில வார்த்தைகளுக்கு எந்தப் பொருளும் இல்லை.

ஒவ்வொரு மரணத்தின் போதும், சுடுகாட்டிற்குப் போய்த் திரும்பும் தருணம், எப்போதும் மௌனத்தில் ஆழமாய்ப்

முத்தரசி 129

புதைந்து கொள்கிறது. ''இவ்வுலகில் எதுவுமே நிரந்தரமில்லை, இறப்பிற்குப் பின் நான் என்பதே இல்லை'' என்கிற உண்மையைச் சுமந்து கொண்டுதான் ஒவ்வொருவரும் வீடு திரும்புகிறோம். ஆனாலும் காலம் எல்லாவற்றையும் துடைத்து வீசியெறிந்து விடுகிறது. கால ஓட்டத்தின் முன்பு, மரண வைராக்கியம் என்பதெல்லாம் நீர்த்து நிறமற்றுப் போய்விடுகிறது.

சில சமயங்களில், பின்னிரவுகளில் எதையேனும் எழுதிக் கொண்டோ, படித்துக் கொண்டோ இருக்கும் போது, அந்த அர்த்த ராத்திரியில், வானில் திசை தேடிப் பறந்து செல்லும் பெயர் அறியாத ஒற்றைப் பறவையின் குரலைப் பல நேரங்களில் கேட்டிருக்கிறேன். ஏனைய பறவைகள் அனைத்தும் அந்தியில் கூடடைந்த பின்னரும், இது மட்டும் ஏன் நடு இரவில் திசையறியாது பறந்து திரிகிறது எனக் கேள்வி எழும்பும். தன் கூட்டை அந்த நள்ளிரவில் எப்படித் தேடிக் கண்டடையும் எனத் துக்கமாய் இருக்கும். வீடு மாறும் பொழுது, அனைத்துப் பொருட்களையும் வண்டியில் ஏற்றி விட்டு, பழகிய இடத்தைத் துறந்து, எங்கோ இருக்கும் புது இடத்தை நோக்கிப் பயணிக்கும் இதயத்தின் கனத்த மௌனத்தை ஒத்தது, அந்த ஒற்றைப் பறவையின் பெரும் சப்தம். சமயங்களில் ஏதேதோ துயர நினைவுகளால் நிரம்பியிருக்கும் மனக்குளத்தில் கல்லெறிந்து விட்டுப் போய் விடுகிறது அந்த நடுநிசிப் பறவையின் திசையறியாப் பயணம்.

ஒரு தீபாவளியன்றுதான் அப்பா அகால மரணமடைந்தார். ஆசையாய்ப் பலகாரம் சாப்பிட்டு, அனைவருடனும் சிரித்துப் பேசி, சந்தோஷமாய் இருந்தார். காலையில் டீ அருந்தும் நொடிப்

பொழுதில் சட்டெனப் பிரிந்தது உயிர். கண்ணாடிப் பெட்டிக்குள் இருந்து எந்த நிமிடமும் இதோ எழுந்து வந்து விடுவார் எனத் திரும்பத் திரும்ப அந்தப் பெட்டியை தொட்டுக்கொண்டு அமர்ந்திருந்த தருணங்கள் நினைவில் இன்னமும் அப்படியே இருக்கிறது. மரணம் நிகழ்ந்த அடுத்த கணம். சடங்குகள் மற்றும் சம்பிரதாயங்களின் தொகுப்பாக மாறிப் போய் விடுகிறது, மரண வீடு. அப்பாவின் பிரிவிற்கு அழக்கூடக் காலம் அப்போது அனுமதிக்கவில்லை. பின்னொரு நாள், மாடியில் அமர்ந்து ஏதேதோ யோசித்துக் கொண்டிருக்கும் போது, வானத்தில் ஒரு மூலையில் ஒளிர்ந்திருந்த பிறை நிலவைக் கண்டபோது, சொல்ல முடியாத துக்கமும், பெரும் அழுகையும் மனதில் கிளர்ந்து எழுந்தது. ஒரு நீண்ட அழுகை முடிந்திருந்தபோது, ஒரு பெரும் ஆயாசமும், நிம்மதியும் இருந்தது. பாரமொன்று மனதிலிருந்து இறங்கினாற்போல் இருந்தது.

மரணம் பற்றிய அச்சம் எப்போதும் நம்மை ஆட்கொண்டிருக்கிறது. நெருக்கமான உயிரின் மரணத்திற்குப் பின்புதான், வாழ்வு குறித்தான ஒரு சமநிலை வாய்க்கிறது. நாணயத்தின் இரு பக்கங்களைப் போலவே, வாழ்வும், மரணமும் இணைந்தே நெய்யப்பட்டிருக்கிறது. இயற்கை தன் நாணயத்தைச் சுண்டும்போது, மரணமோ, வாழ்வோ, எது தற்செயலோ, அதுவே நிலைக்கிறது.

வாழ்நாள் முழுவதும் ஓடிய ஓட்டம், சேர்த்த சேமிப்பு, அடைந்த உயரங்கள், மறக்க நினைத்த அவமானங்கள், பெற்ற வெற்றிகள் அனைத்தும் உதிர்ந்து விட, நாம் தனியொரு ஆளாகத்தான் பயணிக்க நேரிடும் என்கிற உண்மையை, ஒரு

மரணம் நமக்கு நினைவூட்டிக் கொண்டே இருக்கிறது. ''இந்த வாழ்வு நித்தியமில்லை, ஏன் இந்த ஓட்டம், சற்று நிதானி'' என்பதை உரக்கச் சொல்வது, ஒரு மரணமாகத்தான் இருக்கிறது. வேறெதற்கும் மனிதனின் காதுகள் செவி சாய்ப்பதில்லை.

பெற்றவர்களின் மரணம் பிள்ளைகளுக்குப் பெரும் பாரம். தங்களின் காலம் முழுக்கச் சுமக்க வேண்டிய வலி. முன்னே பிறந்தவர் முன்னே போக வேண்டும் என்பதே விதி! விதி பிறழ்ந்து, பெற்றோர் பார்த்திருக்க பிள்ளைகள் விடைபெற்றுச் செல்வதென்பது ஒரு துயரச் சித்திரம். வார்த்தைகளால் விவரிக்க முடியாத பாரம் அது. வாழும் நாட்களில், மரணத்தின் வலியோடு வாழ்வதை ஒத்தது.

மரணத்தைப் பற்றிப் பலரும் பலவிதமாய்ப் பேசியிருக்கிறார்கள். வேதங்கள், மகான்களின் உரைகள், துறவிகளின் பாடல்கள் என மரணத்தின் வலியைப் பலரும் விளக்க முயன்றிருக்கிறார்கள். துக்கத்தின் வேர்களைத் தேடித்தான் வீட்டை, உறவுகளை, அதிகாரத்தை, செல்வத்தை, அரியணையைத் துறந்தார் சித்தார்த்தர். இறுதியில், தன் சிறகுகளில் திருப்தியடையும் பறவையைப் போல் வாழ்ந்தால் போதுமென்ற உண்மை புலப்பட்டபோது, அவர் புத்தரானார். எதையுமே சுமந்து கொண்டிராமல், அனைத்தையும் அவ்வப்போது அங்கங்கேயே உதிர்த்து விடுகிற மனமொன்றை வேண்டிப் பெற்றுக்கொள்ள உபதேசித்தார். மதிப்புமிக்க மணித்துளிகளினால் ஆனது இந்த வாழ்க்கை. மரணம் குறித்து அஞ்சி அதனை வீணடித்துக் கொள்ள வேண்டிய அவசியமில்லை. மரணம் என்பது வாழ்வின் முடிவல்ல. அதுவும்

வாழ்வின் ஒரு பகுதிதான். அதைக் குறித்துச் சிந்தித்துக் குழப்பிக் கொள்வதைவிட, நிகழ்கணத்தில் நம் கையில் இருக்கும் வாழ்க்கையைக் கொண்டாட்டமாக உணருங்கள் என்பதே புத்தரின் பிரதானமான கருத்து.

யோசித்துப் பார்த்தால், எதுதான் இங்கு வலி இல்லாமல் நிகழ்கிறது? மரணம் மட்டும்தானா வலி? நாம் கடந்து வந்த வாழ்வில், நம்முடன் பயணித்த மனிதர்களின் வாழ்வை அருகிலிருந்து கண்டிருந்தால், வலி என்பது தன் வெவ்வேறு பரிமாணங்களில், எல்லோருடைய வாழ்விலும் ஒரு வெம்மையெனப் பரவியிருப்பதைப் புரிந்து கொள்ள முடியும்.

நாங்கள் குடியிருக்கும் பகுதியில் ரோடு போடும் வேலை நடந்து கொண்டிருந்தது. தெரு முழுவதும் கருங்கல் ஜல்லியைக் கொட்டி, மேலே தார் ஊற்றி, ரோடு ரோலரால் சரிசெய்து கொண்டிருந்தார் அந்த ஓட்டுநர். தனியொரு ஆளாக முன்னும் பின்னும் குத்துமதிப்பாக ரோடுரோலரை ஓட்டிக் கொண்டிருந்தார். நடக்கும் வேலையைச் சற்று நேரம் வேடிக்கை பார்த்துவிட்டு, உள்ளே சென்று டீ போட்டு எடுத்து வருவதற்குள், வாசலில் பெரும் கூச்சலும், குழப்பமுமாக சப்தம் கேட்டது. பதறிப்போய் ஓடி வந்து பார்த்தால், சாலையில், ரோடு ரோலரின் அடியில் பைக் ஒன்று நசுங்கிக் கிடந்தது. அருகில் ஒரு இளைஞன் மயங்கிக் கிடந்தான்.. ஒரே இரத்த வெள்ளம்! வண்டி முன்னால் தான் நகர்கிறது என நினைத்து பைக்கில் அவன் வேகமாக வர, ரோடுரோலர் டிரைவர் திரும்பிப் பார்க்காமல் சட்டென்று வண்டியைப் பின்னால் திரும்ப, கண்ணிமைக்கும் நேரத்தில், சக்கரத்தின் அடியில் பைக் மாட்டி, கால்கள் இரண்டும் நசுங்கி

கூழாகி விட, மயங்கிக் கிடந்தான் பக்கத்து வீட்டு இளைஞன். மூளை மரத்துப்போய், புத்தி பேதலித்தது போல் ஆகி விட்டது. பெரும் கதறலோடு, அவனுடைய அம்மாவும் அப்பாவும் அவனை ஆஸ்பத்திரிக்கு தூக்கிக் கொண்டு ஓடினார்கள். மாதக் கணக்கில் சிகிச்சை நடந்தது. ஆறேழு மாதங்களுக்குப் பிறகு, செயற்கைக்கால் பொருத்திக் கொண்டு, வீட்டு வாசலில் உட்கார்ந்திருந்தான். சில நாட்களுக்குப் பிறகு அவனது அப்பாவும், அம்மாவும் இருபுறமும் அவனைக் கைத்தாங்கலாகப் பற்றிக் கொண்டு, மெது மெதுவாய் நடக்கப் பயிற்சி தந்து கொண்டிருந்தார்கள். தோளுக்கு மேல் வளர்ந்த பிள்ளைக்கு நடக்கப் பழகித்தருவதைப் போன்ற துயரம், பெற்றவர்களுக்கு வேறு ஏதேனும் உள்ளதா? மகன் சிறிது சிறிதாக நடக்கப் பழகினான், அவன் நிலையைக் கண்டு மனம் வெதும்பி, வெதும்பி துயர் தாளாமல், அவனுடைய அப்பா தற்கொலை செய்து கொண்டார். இறந்த கணவரின் சடலத்தின் முன்பு, அழத்தெம்பில்லாமல் உறைந்து போய்ச் சலனமற்று அமர்ந்திருந்த மனைவியையும், மகனையும் கண்கொண்டு பார்க்க முடியவில்லை. அந்தப் பையனும், அவன் அம்மாவும் பின்பொரு நாள் அந்த வீட்டைக் காலி செய்து விட்டுப் போய்விட்டார்கள். சொந்த வீட்டை, பழகிய உறவுகளை, நேசித்த செடி கொடிகளைப் பிரிந்து துயரத்தின் சுமை தாளாமல் வேறு வீட்டிற்குப் போவதை, சிரிப்பும், சந்தோஷமுமாய் இருந்த ஒரு வீட்டின் மரணம் என எடுத்துக் கொள்ளலாமா?

தெருவை அடைத்துப் பந்தல் போட்டு, வெகு விமரிசையாக விமலாவுக்குத் திருமணம் நடந்தது. பெருமையும், சிரிப்புமாய் புருஷன் வீட்டுக்குப் போன பிறகுதான் தெரிந்தது கணவன்

வீட்டாரின் கொடுமையும், சித்ரவதையும். இனி பொறுத்துக் கொள்ளவே முடியாது என்று தோன்றியபோது, அம்மா வீட்டிற்கே வந்துவிட்டாள். ஆறேழு மாத இல்லற வாழ்க்கையின் அடையாளமாய் ஒரு குழந்தை! முற்றிலும் வாய் பேச முடியாத, சரியாக பார்க்க முடியாத, மூளை வளர்ச்சியற்ற குழந்தை. எந்தச் சம்பந்தமும் இல்லை எனக் கையை உதறிவிட்டுப் பிரிந்து போன கணவனை நினைத்து வருந்துவதா? பிறந்திருக்கும் குழந்தையின் நோய்மைக்கு எதுவுமே செய்ய முடியாத நிலைக்குக் கவலைப்படுவதா? தன் வாழ்க்கை முற்றிலும் நிலை குலைந்து போனதே எனத் துயரப்படுவதா? விமலாவின் வாழ்க்கை மொத்தமும் வெறும் கேள்விக்குறிகளால் மட்டுமே நிறைந்துள்ளது. வாழ்வென்பது, மரணத்தை விட வலி தருகிறது பல நேரங்களில்.

மனைவி, குடும்பம், குழந்தைகள் பற்றிய எந்த வித அக்கறையும் இல்லாமல், தன் சந்தோஷத்திற்காக மட்டுமே குடித்துக் குடித்து, போதை மாத்திரைகளை எடுத்துக் கொண்டு, தன்னையன்றி, வேறு எவரைப் பற்றியும் கவலையில்லாத கணவன்மார்களை நித்தமும் காண்கிறோம். ஆறு மாதத்துக்கு ஒரு முறை ஆஸ்பத்திரிக்கும், வீட்டுக்கும் கணவனைத் தூக்கிக் கொண்டு அலையும் மனைவிமார்களிடம் சொல்லுவதற்கு நம்மிடம் ஆறுதல் வார்த்தைகள் ஏதேனும் உள்ளதா?

மிகத் தீவிரமான நோயால் பாதிக்கப்பட்டு, மரணத்தை எதிர்பார்த்துக் காத்திருக்கும் ஏதோ ஒரு தாயின் பிள்ளைகளைக் கூர்ந்து பார்த்திருக்கிறீர்களா? ''இந்தக் கணம் மிக மகிழ்ச்சியானது, இந்தக் கணத்தில் வாழ்ந்து விடுங்கள்'' என்று

நம்மால் அவ்வளவு எளிதாகக் கூறி விட முடியுமா அவர்களிடம்?

யாருமற்ற வயோதிகத்தைப் போன்ற பெருந்துன்பம் ஏதுமில்லை இவ்வுலகில்! ''உங்கள் வாழ்க்கையை நீங்கள் வாழுங்கள்'' என்று அவர்களிடம் சொல்வதைப் போல அபத்தம் வேறேதும் உள்ளதா? அவர்களின் வாழ்க்கையே அவர் பெற்ற பிள்ளைகளும், அவர்களின் பேரக் குழந்தைகளும் தான். அவர்கள் இல்லாமல் வேறென்ன சந்தோஷம் அந்த முதியவர்களுக்கு இருந்து விட முடியும்? ஆனால் பாட்டி, தாத்தாவோடு செலவிட நேரமிருக்கிறதா அவர்களுடைய பேரப் பிள்ளைகளுக்கு?

''வாய்க்கரிசி போட்டுட்டு, கடைசியா முகம் பாக்கறவங்க பாத்துக்கோங்க'' என்று உரக்க ஒலிக்கும் வெட்டியானின் குரலைக் கேட்டவுடன் நெஞ்சில் ஒரு கலக்கம் தீயெனக் கிளம்பும், இல்லையா?

இந்த வாழ்வு துயர் மிகுந்ததுதான்.. கடினமானதுதான் வேறு வழியில்லை வாழ்ந்து தீர்த்து விடுங்கள். முடிந்தால் அதை அதன் போக்கில் வாழ்ந்து விடுங்கள்'' என்கிற அசரீரியின் குரலும் வெட்டியானின் குரலைப் போன்றதுதான். இந்த அசரீரியின் குரலும் நாம் வாழும் நாளெல்லாம் கேட்டுக்கொண்டிருப்பதுதான்.

வலியின்றிப் போய் விட வேண்டும். நினைத்த மாத்திரத்தில் நொடிப் பொழுதில் போய்விட வேண்டும், பிள்ளைகள், உற்றார், உறவினர் அருகிலிருக்கும் போது போய் விட வேண்டும்

என்பதெல்லாம், பன்னெடுங்காலமான பிரார்த்தனையாக ஒவ்வொரு மனிதனின் உள்ளத்திலும் உறைந்து கிடக்கிறது.

எந்த ஒன்றின் மீதும் பெரும் விருப்பமும் ஆசையும் வரும்போது, அதன் மீது பதற்றமும் தொற்றிக் கொள்கிறது. உணவின் மீது பெரும் பிரியம் வரும்போது, நன்கு உண்டு, செழித்திருக்கவே மனம் விரும்புகிறது. விளைவு உடலை நோயில் தள்ளுகிறது. செல்வத்தின் மீது பேரார்வம் வருகையில் அகந்தை வளர்ந்து உறவுகளை அழிக்கிறது. வாழ்வு குறித்துப் பெரும் பிடிப்பு ஏற்படுகையில், மரணம் நமக்கு பயத்தைத் தருகிறது வாழ்வு குறித்தான பிரியம் அதிகரிக்கும் போது, மரணம் என்கிற எல்லை மறந்து போய்விடுகிறது எது ஒன்று அதிகமாக ஆனாலும், அது உருவாக்கும் வெற்றிடத்தை, இயற்கை வேறு எதையேனும் கொண்டு சமன் செய்து கொண்டேதான் இருக்கும். இங்கு எல்லோருடைய வாழ்வும் சமமானதுதான் துக்கம், சந்தோஷம், வெற்றி, தோல்வி, செல்வம், வறுமை எல்லாமே எப்போதும் சமநிலையில் இருப்பவைதாம். இயற்கையால் மிகத் துல்லியமாய் சமன் செய்யப்படுபவை. எது, எதனால் சமன் செய்யப்படுகிறது என்பதைப் புரிந்து கொள்ளும் திறன் மட்டுமே நாம் வளர்த்துக் கொள்ள வேண்டியது, அதனாலேயே எந்த ஒப்பீடுகளும் இல்லாமல், யாரைப் பார்த்தும் வாழாமல், நம் வாழ்வை நாம் வாழ்ந்தாலே போதும்.

மரணத்தைக் குறித்து யோசித்துத் துவள்வதை விட, வாழும் வாழ்வின் ஒவ்வொரு கணத்தையும் உணர்ந்து வாழ்வதொன்றே நம்மால் செய்ய முடிகிற விஷயம். வாழ்க்கை தன் அளவில் முழுமையானது தான். எனவே எதைக் குறித்தும் அச்சம்

முத்தரசி 137

கொள்ளத் தேவையில்லை. மரணத்தினால் எது இங்கு நின்று போகிறது? உடலை எடுத்துக்கொண்டு போனவுடன், முற்றத்தை, வீட்டின் அறைகளைக் கழுவித் துடைத்து, உணவு பரிமாற ஆயத்தமாகிறோம் இல்லையா? 'மரண வீட்டிலும் பசிக்கும்' என்பது எவ்வளவு பெரிய பேருண்மை! இங்கே சகலத்திற்கும் ஒரு எக்ஸ்பயரி தேதி உண்டு. சோகத்திற்கும்தான். சிதைவென்பது தவிர்க்கவே முடியாதது. மரணத்தின் உள்ளார்ந்த அர்த்தத்தைத் திறந்த மனதோடு புரிந்து கொண்டு, வாழ்வை அதன்போக்கில் வாழ முயல்வதே அறிவின் அழகும், அர்த்தமும்.

பார்க்கப் பார்க்கச் சலிக்காதது கடலின் அழகு என்பார்கள். அது கற்றுத்தருவது என்ன? ஒரு அலை எழுந்தால், அது வீழ்ந்தே தீரும். பின் மற்றொரு அலை. பிறகு மற்றொன்று இல்லையா. மரணத்திற்குப் பிறகும் இங்கு வாழ்வொன்று எஞ்சியிருக்கிறது.

அப்பாவின் சாம்பலை, அம்மாவின் அஸ்தியை நீர் நிறைந்த நதிக்கரையில் கரைக்கும் போது, நான் இப்படித்தான் நினைத்துக் கொண்டேன், நீர்மை நிறைந்திருக்கும் இடங்களிலெல்லாம் ஒரு மென்மையும், செழுமையும் நிறைந்திருக்கும். நீர்மையின் குளுமை வேர்களின் வழியோடி, பயிர்களை வாழவைத்து, உயிர்களைக் காத்திருக்கும். நீரின் ஓட்டத்தில் கரையும் நம் இனிய உயிர்களின் சாம்பலும் பல உயிர்களைச் செழிக்க வைக்கும். அந்நீர்மையில் மரங்கள் தழைத்து, அதன் அடியில் கூடுகிறவர்கள் அனைவரும் உறவுகளாகிறார்கள்.

திக் நியாட் ஹான் என்பவர் வியட்நாமைச் சேர்ந்த புத்த

துறவி. தனது மிக இள வயதில் துறவியானவர். தன்னைச் சார்ந்த மக்களுக்கும், மற்றவர்களுக்கும் தத்துவத்தில் கனிந்து, பெரும் நம்பிக்கையின் அடையாளமாக இருந்தவர். அவரின் தாயாரும் ஒரு நாள் மரித்துப் போனார். மரணம் தரும் துயர் துறவிகளை மட்டும் விட்டு வைக்குமா என்ன? தாய் என்பதால் மிகவும் மனம் கலங்கிப் போனார். ஒரு வருட காலம் அதிலிருந்து மீள முடியாமல் துன்பப்பட்டார். ஒருநாள் கனவில் அம்மா அவர் அருகே வந்து அமர்ந்தார். இளம் பிராயத்துப் பேரழகோடு, அருகில் அமர்ந்திருந்த தன் தாயாரைக் கண்டதும் அவருக்கு எல்லையில்லா ஆனந்தம். மிக மென்மையான குரலில், அம்மா, அவரோடு பேசினார். சட்டென்று விழிப்பு வர, மெதுவாய், தான் தங்கியிருந்த அறையை விட்டு வெளியே வந்தார் திக் நியாட் ஹான். நேரம் அதிகாலை இரண்டு மணி சுற்றியிருந்த மலைப்பகுதி எங்கெங்கும் பனி பொழிந்து கொண்டிருந்தது. வெகுநேரம் அந்த நிலவொளியின் குளுமையை அனுபவித்திருந்த திக், மிக மென்மையாக, மிருதுவாக தோட்டத்திற்குள் நடந்தார். அம்மா காலமாகி விட்ட நினைவே சிறிதளவும் தோன்றாமல், தன் அம்மா தன்னுடனேயே இருப்பதைப் போல மனதளவில் முழுமையாக உணர்ந்தார். பெரும் கருணையோடு பொழிந்து கொண்டிருந்த நிலவின் ஒளியில், தன் தாயின் மீதான பேரன்பு, தன்னைச் சுற்றியுள்ள சக உயிர்களின் மீதான பரிவாக உருவெடுப்பதை, மனதின் மிக ஆழத்தில் உறுதியாக உணர்கிறார்.

அந்த அதிகாலைக் குளிரில், நிலவு அத்தனை ஆழமாக, குளுமையாக அமைதியாக, மிருதுவாக, ஒரு தாய் தன் குழந்தையிடம் கொண்டிருக்கும் அன்பைப்போல ஒளியைப்

முத்தரசி

பரப்பிக் கொண்டிருந்தது, நான் நிலவின் அந்த ஒளியில் என் தாயின் அன்பை உணர்ந்தேன். என் அம்மா உயிருடனே இருக்கிறார். எப்போதும் இருப்பார் என உணர்ந்தேன் என எழுதுகிறார் திக் நியாட் ஹான். தன்னைச் சுற்றியுள்ள உயிர்களிடத்து அப்பெரும் நேசத்தை மடைமாற்றுகிறார். ஒருவரை நீங்கள் முழுமையாகப் புரிந்து கொள்ளும்போது, அவரை உங்களால் அன்பு செய்வதைத் தவிர வேறொன்றும் செய்ய இயலாது என்பார் திக்.

என் தோழியின் மரணத்தை, என் அம்மா, அப்பாவின் மரணத்தை, என் நண்பனின் மரணத்தை நான் அவ்வப்போது நினைத்துக் கொள்கிறேன். ஆள் அரவமற்ற சாலையில், உதிர்ந்து கிடக்கும் சருகுகளைக் காற்று புரட்டிப் போடுவதைப் போல, சில நிகழ்வுகள் அந்த நினைவுகளைப் புரட்டி போடுகின்றன. ஏதேனும் ஒரு துரோகத்தைச் சந்திக்கும்போது, ஒரு அதிகாரத்தின் குரூரத்தை எதிர்கொள்ள முடியாமல் மனம் புழுங்கும்போது, ஒரு வஞ்சகத்தை அறிய நேரிடும்போது, ஒரு மாபெரும் உழைப்பு ஒன்றுமில்லாமல் போகும்போது ஒரு நல்ல சொல்லுக்காக மருத்துவமனை வாசலில் உயிர் நடுங்க காத்திருக்கும்போது, என் மனம் என்றோ நிகழ்ந்து கடந்து போன இந்த மரணங்களின் வலியை மீட்டெடுத்து, தன்னுடைய தற்காலிகத் துயரங்களுக்கு மருந்து இட்டுக் கொள்கிறது. "இனி இவங்க முகத்தைப் பார்க்கவே முடியாதில்ல" என்கிற பாரத்தோடு இடுகாட்டில் இருந்து திரும்பி வந்த நேரங்களை விடவா இந்தத் துயர் பெரிது?

பிரியமானவர்களின் மரணம் ஒரு உயிர் வலிதான். இந்த உயிர் இருக்கும் வரை அந்த வலி இருந்தே தீரும். இந்த வலியை, துயரத்தை சக உயிரின் மீதான பெரும் பிரியமாய் மாற்றிக்கொள்ள, என்னுடைய நிலவு உதிக்கும் வானத்திற்காய் எப்போதும் காத்திருக்கிறேன்.

பிரியமெனும் குறுவாள்

ஆசிரியராகி முப்பது வருடங்கள் ஓடிப் போய்விட்டது. மிக நீண்ட பயணம்தான். வேறு வேறு மாணவர்கள்; வேறு வேறு பள்ளிகள்; வேறு வேறு அனுபவங்கள். கடந்த காலங்களில் நாம் எப்படி இருந்திருக்கிறோம் என்பதைத் துல்லியமாகக் காட்டும் காலக் கண்ணாடிதான், நம்மிடம் பயின்ற மாணவர்கள். அவர்களை எப்போதாவது எங்கேயாவது சந்திக்கும் வேளைகளில்தான், என் வாழ்வைச் சற்று திரும்பிப் பார்த்துக் கொள்கிறேன். என்னுடனான அனுபவங்களை அவர்கள் பகிர்ந்து கொள்ளும் போது, சில சமயம் சந்தோஷமாகவும், சில சமயம் தர்ம சங்கடமாகவும் உணர நேரிடும். ''என் ரெக்கார்டு நோட்டைத் தூக்கி, வெளியே வீசிட்டீங்கல்ல, ஞாபகம் இருக்கா'' என ஒரு மாணவி கேட்டபோது, பெரும் குற்ற உணர்ச்சிக்கு ஆளானேன். நானே மறந்து போன என்னுடைய பிம்பம் அது. அங்கிருந்து நான் வெகு தூரம் பயணித்து வந்து விட்டேன். ஆனால், அந்தப் பிம்பத்தைத்தான் அந்தக் குழந்தை காலமெல்லாம் சுமந்திருக்கிறாள். ஒவ்வொரு கணத்திலும் விழிப்புணர்வோடு, நாகரிகமாய் இருக்க வேண்டியது எவ்வளவு

பச்சையும் சிவப்புமாய் ஒரு பாதாம் மரம் 142

அவசியமாகிறது ஒரு ஆசிரியருக்கு? நானே நினைத்தாலும், என்னுடைய அந்த பிம்பத்தை அவளிடமிருந்து அழிக்கவே முடியாதில்லையா? நாம் செல்லும் பாதையில் சந்திக்கும் நபர்களிடம் கனிவோடு நடந்து கொள்வது மிகவும் முக்கியம். ஏனெனில் வாழ்க்கையின் பரமபத விளையாட்டில், நாம் சென்ற பாதையிலேயே திரும்பி வர நேரிட்டால், அவர்களைத்தான் திரும்பச் சந்திக்க வேண்டி வரும். முடிந்தவரை நல்ல தருணங்களையே, நல்ல நினைவுகளையே மற்றவர்களுக்குப் பரிசளிக்கப் பழகிக்கொள்ள வேண்டும். இதை நான் எனக்குச் சொல்லிக்கொள்கிறேன் எப்போதும்.

தேர்வுப் பணிக்காக வேறொரு பள்ளிக்குச் சென்றிருந்தேன். மாவட்டம் முழுவதும் உள்ள ஆயிரம் ஆசிரியர்கள், அங்கு விடைத்தாள் திருத்தும் பணியில் ஈடுபட்டிருந்தார்கள். காலை எட்டரை மணிக்குத் துவங்கினால், வேலை முடிய மாலை ஏழு மணி வரை ஆகிவிடும். வீடு பற்றிய கவலையோ, சிந்தனையோ இருக்காது, இருக்கவும் கூடாது. பொதுமக்கள் சொல்வதைப்போல, "டீச்சர் காலைல வீட்ல சண்டை போட்டுட்டு, சாப்பிடாம வந்து பேப்பர் திருத்தினால் மார்க் வராது" என்பதெல்லாம் சில சுவாரஸ்யங்களுக்காக மட்டுமே சொல்லப்படுவது. ஒரு துளியும் உண்மையில்லை. தான் எழுதிய எக்ஸாம் பேப்பரை ஜெராக்ஸ் எடுத்துத் திருத்திய விதத்தை, மாணவர்கள் தாராளமாகத் தெரிந்து கொள்ளலாம். முறையாகத் திருத்தப்படவில்லையெனில், கோர்ட் வரை செல்ல வசதி உள்ளது. கிட்டத்தட்ட 20 நாட்கள், மிகக் கவனமாகத்தான், ஒவ்வொருவரும் பேப்பர் திருத்துவார்கள். அப்படி பிஸியாகப்

பறந்து கொண்டிருந்த பொழுதொன்றில் தான் இனிப்பு டப்பாவுடன் முன் வந்து நின்றாள் கீர்த்தி. ''என்னை ஞாபகம் இருக்கா மிஸ்?'' என்றாள் புன்னகையுடன். முகம் நன்றாக அடையாளம் தெரிந்தது. ஆனால், பெயர் நினைவில் இல்லை. தர்ம சங்கடமாக 'இல்லை' என தலையசைத்தேன். ''இருபது வருஷம் ஆயிடுச்சு, நான் உங்ககிட்ட படிச்சு முடிச்சு. அதனால் கட்டாயம் மறந்திருப்பீங்க. என் பேர் கீர்த்தி, என்றாள். முந்தின வருஷம் படிப்பிச்ச டீச்சரைப் பார்த்தா, அவசர அவசரமாக ஒளிந்துகொள்ள இடம் தேடும் பிள்ளைகளுக்கு மத்தியில், கீர்த்தியின் அன்பு ஆச்சரியமாக இருந்தது. கையைப் பற்றிக் கொண்டேன். ''எனக்கு கல்யாணம் ஆகி இரண்டு குழந்தைங்க இருக்காங்க. பிரைவேட் ஸ்கூல்ல கம்ப்யூட்டர் டீச்சரா இருக்கேன். நல்லா இருக்கேன். முதல்நாள் உங்களைப் பார்த்த உடனே ரொம்ப சந்தோஷமாக இருந்துச்சு கொஞ்சம் ஃப்ரீ ஆன பிறகு பார்க்கலாம்னு இன்னிக்கு வந்தேன்'' என்றாள். ஏதேதோ பேசி முடித்த பிறகு, பேச்சு வகுப்பறைக்குள் வந்து நின்றது. ''உங்களை என்னால மறக்கவே முடியாதபடி ஒரு நிகழ்ச்சி நடந்தது உங்களுக்கு ஞாபகம் இருக்கா?'' என்றாள். அமைதியாகப் பார்த்துக் கொண்டிருந்தேன். ''அன்னிக்கு ஸ்கூல் ஆண்டு விழா, எல்லோரும் பிஸியா இருந்தோம். நீங்கதான் எனக்கு கிளாஸ் டீச்சர், விழாவுக்கு அப்பா, அம்மா மட்டும்தான் வரணும், அண்ணன், தம்பி, அக்கா வேறு உறவினர்கள் வரக்கூடாதுன்னு ஸ்கூல்ல ரொம்ப ஸ்க்ரிட்டா சொல்லியிருந்தாங்க. ஆனா எங்க குரூப் எல்லாம், அதைக் கேட்காம, எங்களுக்குத் தெரிஞ்ச பசங்களை விழாவுக்கு வரச்

சொல்லிட்டோம். விழா சீரியஸாப் போயிட்டு இருக்கும்போது, நாங்க பாட்டுக்கு ஒரு மூலையில ஜாலியா உட்கார்ந்து அரட்டை அடிச்சுட்டு, பேசிட்டு இருந்தோம். சட்டுனு அந்தப் பக்கமா எதுக்கோ வந்த நீங்க எங்க எல்லோரையும் பாத்துட்டீங்க, உங்களுக்கு பயங்கர கோபம் வந்துடுச்சு, ஆனா எதையுமே பார்க்காத மாதிரி வேகமா போயிட்டீங்க. நாங்க எல்லோரும் ரொம்ப பயந்துட்டோம். பேரன்ட்ஸ் மீட்டிங், பனிஷ்மெண்ட், எல்லாம் வரிசையா இருக்குமேன்னு யோசிச்சுட்டு, இரண்டு நாள் ஸ்கூலுக்கு லீவு போட்டுட்டோம். பிரின்சிபல் வரை போகவேண்டி இருக்கும்னு பயந்துட்டே மறுநாள் வந்தோம். ஆனா நினைச்சதுக்கு மாறா நீங்க எதுவுமே சொல்லல, அப்படி ஒரு சம்பவம் நடக்காதது மாதிரியே சாதாரணமா இருந்தீங்க. ஏன் எதுவுமே நீங்க கேட்கலன்னு தான் இன்னும் டென்ஷன் அதிகமாயிடுச்சு. இதோ இப்ப கூப்பிடுவீங்க, அப்ப கூப்பிடுவிங்க, அவங்க எல்லாம் யாருன்னு கேட்பீங்க, திட்டுவீங்கன்னு ரெடியா இருந்தோம். ஆனா, நீங்க கடைசி வரை எதையுமே வெளிய சொல்லல. ஒரு வாரம் கழிச்சு, நாங்களா வந்து உங்க கிட்ட சாரி சொன்னோம். பெரிசா எடுத்துக்காம சிரிச்சுட்டே தட்டிக் கொடுத்துட்டு போயிட்டீங்க. டக்குனு அழுகை வந்துடுச்சு, அன்னிக்குதான் என் மனசுல அழுத்தமா நின்னீங்க. அன்னிக்கு எங்களுக்கு இருந்தது வெறும் ஜாலியான உணர்வுதான். ஜாலிக்காகக் கடந்து போன நிமிடங்கள்தான். ஆனா, ஒரு மிகப் பெரிய புரிதலோட நீங்க நடந்துக் கிட்டபோது, மனசே லேசாயிடுச்சு. நான் டீச்சரானவுடனே என் மனசுல வந்த முதல் பிம்பம் நீங்கதான். எனக்குத் தெரிஞ்ச வரைக்கும் ஒரு

டீச்சரோட ப்ளஸ் பாயிண்ட், எந்த முன் முடிவுகளும் இல்லாம தன்னுடைய மாணவர்களைப் புரிஞ்சுக்க முயல்வதுதான். எனக்குள் நான் எப்போதும் சொல்லிக் கொள்வது இதைத்தான்'' என கீர்த்தி பேசப் பேச, நேரம் போவதே தெரியாமல் கேட்டுக் கொண்டிருந்தேன். இந்த நிகழ்விலிருந்து நான் எப்போதோ வெளிவந்து விட்டேன். அதனால் எந்தத் தொடர்பு படுத்துதலும் இல்லாமல் இதை என்னால் பார்க்க முடிந்தது. கட்டி அணைத்து, கன்னத்தில் முத்தமிட்டு, ''எப்பவும் இப்படியே இருங்க வேறெதுவும் செய்ய வேண்டாம் நீங்க'' என்று சொல்லிவிட்டு கீர்த்தி சென்ற நிமிடங்களில் ஒரு பெரிய பாரம் மனதில் அழுத்தமாக உட்கார்ந்து கொண்டது. இருபது வருடங்களுக்கு முன்பு இருந்த நானும், இப்போது இருக்கிற நானும் ஒன்றுதானா? என என்னையே நான் கேட்டுக் கொண்டேன். காலமும் மாணவர் சமூகமும் பெருமளவு மாறியிருக்கிறது. இப்போது அதே போன்று ஒரு நிகழ்வு நடந்தால், நான் அது போலவே நடந்து கொள்வேனா என்பது சந்தேகமே. ஏனெனில், இன்று எதுவுமே முன்னைப் போல் இல்லை. சமூக மாற்றத்தை, காலத்தின் தேவையை, மாணவர்களின் மனநிலையை உணர்ந்து, தன்னை உருமாற்றிக் கொள்ள வேண்டிய அவசியம் ஒவ்வொரு ஆசிரியருக்கும் மிக மிக அவசியம்.

மாணவர்கள் வெகுவாக மாறியிருக்கிறார்கள். ஒவ்வொரு வருடமும் பள்ளி இறுதித் தேர்வுகள் முடியும் கடைசி நாளில், அணிந்திருக்கும் சீருடையுடன் வீடு துறந்து ஏதோ ஒருவனைத் திருமணம் செய்து கொள்ளும் பெண் குழந்தைகள் பெருகி வருகிறார்கள். தனக்குள் தோன்றும் எந்த ஒரு உணர்வும், கடந்து

போகக் கூடியதா இல்லை, நின்று நம்மை வழிநடத்தக் கூடியதா எனப் பகுத்தறிந்து ஆராயும் மனநிலையும், பொறுமையும் பக்குவமும் இப்போதுள்ள மாணவர்களுக்குத் துளியும் கிடையாது என்பது கசக்கும் உண்மை. இந்த ஆராய்ந்து பார்க்கும் மனநிலை பதின் பருவத்துக் குழந்தைகளுக்கு எந்தக் காலகட்டத்திலும் இருக்காதுதான். ஆனாலும் பெற்றோருடைய, ஆசிரியர்களுடைய ஒரு வார்த்தைக்கு எகிறும் குழந்தைகள் தற்போது பெருகி வருகின்றனர். தான், தனது என்கிற மனப்பாங்கு அதிகரித்திருக்கிறது. வீட்டைத் துறக்கத் தயாராய் இருக்கும் மாணவர்களைப் பார்க்கும்போதே பெற்றோருக்கும், அவர்களுடன் நித்தமும் உரையாடும் ஆசிரியர்களுக்கும் மனதிற்குள் திகிலடிக்கிறது. பள்ளி இறுதிவரை கூடப் படிக்காத அன்றாடக் கூலிக்காரப் பையனிடம், தினமும் ஒரே பஸ்ஸில் பயணிக்கும் பஸ் டிரைவரிடம், பிடித்த பாட்டுகளைப் போடும் பஸ் கண்டக்டரிடம், வீட்டிற்குப் பக்கத்தில் இருக்கும் லாரி ஷெட்டில், தினமும் லாரியைக் கொண்டு வந்து நிறுத்தும் லாரி டிரைவரிடம் பள்ளிக்கு நடந்து வரும் வழியில் பைக்கை சாகசமாய் ஓட்டுபவனிடம், என்றாவது ஒரு பேனாவோ நோட்டோ வாங்கித் தரும் சக மாணவனிடம், ஒரு ரோஜாப்பூவை அதிகமாகத் தரும் பூக்காரனிடம், தன் வாழ்வை மொத்தமாக அடகு வைக்கும் பெண் குழந்தைகளைப் பற்றிக் கேள்விப்படும் போதெல்லாம், தீராத துயரம் நெஞ்சுக்குள் குமிழியிட்டுக் கொண்டே இருக்கும். நள்ளிரவில், ''பொண்ணைக் காணோம் டீச்சர், உங்களுக்கு ஏதாவது தகவல் தெரியுமா'' என திடீரென்று வரும் ஃபோன் கால்கள் பல இரவுகளைத் தூக்கமின்றிக் கடக்கச் செய்கின்றன.

ஏன் இந்த மாணவ மாணவிகள் இப்படி வழி தவறிப் போக வேண்டும், எது அவர்களை இந்த அவசர முடிவை நோக்கித் தள்ளுகிறது? தான் எடுத்த முடிவு தவறு என தெரிந்து கொள்ளும் நேரத்தில், மீளவே முடியாத பாதையொன்றில் வெகு தூரம் சென்றிருப்பதை உணர்வார்களா? தலைக்குள் ஆயிரமாயிரம் கேள்விகள் குடைந்து கொண்டேயிருக்கின்றன. கட்டுப்பாடற்ற இணைய வசதிகள், ஜிகினாத்தனமான சினிமாக்கள், அதீத ஊடக வெளிச்சத்தின் பிரேமை இவை அனைத்தும் இன்றைய பள்ளி மாணவர்களின் எதிர்காலத்தை மிகப்பெரிய கேள்விக்கு உள்ளாக்குகின்றன. பெற்றோரின் இயலாமையும், சில சமயம் அவர்களின் பொறுப்பற்ற தன்மையும், மிக வலுவான காரணம். இவை அனைத்தையும் மிகச் சரியாகப் புரிந்து கொண்டு, படிப்பதற்கு மட்டுமல்ல, இந்தப் புள்ளியிலும் மாணவர்களை வழிநடத்த வேண்டிய பெரும் பொறுப்பு தனக்கு இருக்கிறதென நம்பும் ஆசிரியர்களுக்கு இச்சமூகம் பெரிதும் கடன்பட்டுள்ளது. மாணவர்கள் தடுமாறும் இந்தப் பதின் பருவ மன எழுச்சியிலிருந்து, அவர்களைத் தூக்கி நிறுத்த பிரயத்தனப்படும் ஆசிரியரின் மனம் இன்றைய பெரும் தேவையாய் இருக்கிறது.

ஊடகமும், சினிமாவும் நிலை நிறுத்தும் காதல் பற்றிய பொதுப் பார்வைகளைத் தெளிவுபடுத்தாவிட்டால், பள்ளிப் பருவத்தில் திருமணம் செய்து கொள்ளும் மாணவ, மாணவிகளின் எண்ணிக்கை அதிகரித்துக் கொண்டேதான் இருக்கும்.

எந்த ஒரு சமூகமும், ஒரு ஆசிரியரிடமிருந்துதான் தன் முதல் ஒளியை, சில நம்பிக்கைகளை, சில அரிய மதிப்பீடுகளை, சில ரசனைகளை, சில நல்லவற்றைப் பெற்றதாக வேண்டும். தாங்கள்

தெளிவுபடுத்தும் ஒவ்வொரு விஷயமும், அவர்களின் நெடும்பாதைகளுக்கான சிறு தீபத்தின் வெளிச்சம் என்பதை ஆசிரியர்கள் முழுமையாக உணர வேண்டும்.

ஆசிரியர்கள் சேர்ந்து அமர்ந்து, ஆறு முதல் பனிரெண்டாம் வகுப்புகளுக்கான கவுன்சிலிங் தேவைகளை ஆராய வேண்டும். அந்தந்த வயதுக்கேற்ப, அந்த வகுப்புகளிலும் நடத்தும் முறைகளை இறுதி செய்ய வேண்டும். ஒவ்வொரு மாதத்திற்குமான எளிய இலக்குகளைத் தீர்மானித்து, அவற்றை வார இறுதியிலும், கவுன்சிலிங் வகுப்புகளை உருவாக்க வேண்டும். இது போன்ற வகுப்புகளிலாவது, மாணவர்கள் மனம் திறந்து தங்களின் அனுபவங்களைப் பகிர்ந்து கொள்ள ஆசிரியர்கள் அனுமதிக்க வேண்டும். பயனுள்ள வீடியோக்கள், உற்சாக மூட்டும் பொருள் பொதிந்த குறும்படங்கள், மனம் திறந்த அனுபவப் பகிர்வுகள், ரசனை நிரம்பிய புத்தக வாசிப்புகள், என அனைத்தையும் உள்ளடக்கிய சுதந்திரமான வகுப்பறைகள், இன்றைய மிக அத்தியாவசியத் தேவையாக இருக்கின்றன. எந்த முன்முடிவுகளுக்குள்ளும் தள்ளப்படாமல், ஆசிரியர்கள் மிக நேர்மையான தங்கள் கருத்தைப் பதிவு செய்ய வேண்டும்.

பதின் பருவ விழிப்புணர்வு, அப்போது நிகழும் உடல் சார்ந்த, உளவியல் சார்ந்த மாற்றங்கள், மாற்றங்களைப் புரிந்து கொள்ள வேண்டிய பக்குவம், ஆண் பெண் நட்பு, பாலியல் குறித்த அறிவியல் உண்மைகள், தன் உடல் பற்றிய விழிப்புணர்வு, காதல் என அனைத்தையும் தொட்டுச் சொல்ல வேண்டும் இன்றைய சுதந்திரமான வகுப்பறைகள். இந்த முகமூடியற்ற வகுப்பறைகள், மாணவர்களை மலைக்க வைக்கும், கண்கள் விரியக் கதை கேட்க

வைக்கும். பேசப்படும் பொருளில் தங்களைப் பொருத்திப் பார்த்துக் கொண்டு, கற்றுக் கொள்ளும் மனநிலையை வளர்த்தெடுக்கும்.

குமரப் பருவம் என அழைக்கப்படும் பதின் பருவம்தான் மிகச் சிக்கலான, குழப்பங்கள் நிறைந்த, அதே சமயம் பேராற்றல் நிறைந்த பருவம். பெரியோருக்குச் சாதாரணமாகத் தோன்றுகிற ஒவ்வொரு உணர்வும், பதின் பருவக் குழந்தைகளுக்குப் பெரிய சவாலான விஷயமாக உள்ளது. நண்பர்கள் சொல்வது ஒன்றே வாழ்வின் வேதவாக்காக மாறுகிறது. எதைச் செய்தேனும், மற்றவர்களின் கவனத்தை ஈர்க்கும் பரபரப்பு எப்போதும் அவர்களிடம் ஒட்டிக் கொண்டிருக்கிறது. பெற்றோரும், ஆசிரியர்களுமே முதல் எதிரிகளாக மாறுகின்றனர். பின் விளைவுகள் எதைப் பற்றியும் யோசிக்க முடியாமல் குழப்ப மனநிலையிலேயே இருக்கும் அவர்களுக்கு, உடல் ரீதியான ஹார்மோன் பிரச்சனைகளும் சேரும்போது, பிரச்சனை இரட்டிப்பாகிறது என்பதே உண்மை. பெருங் கருணையோடு, எந்தவித விருப்பங்களும், கற்பனைகளும் நிபந்தனைகளும் இல்லாமல் அவர்களை அணுகினால் மட்டுமே, அவர்களின் மனதைச் சமீபிக்க முடியும். தன் சுய மதிப்பீட்டை உணரவும், தான் வாழும் சமூகத்தை புரிந்து கொண்டு, அதில் நீந்தி வெளிவரவும், படிப்பின் முக்கியத்துவத்தை உணர்த்தவும், பேரன்பு கொண்ட ஒரு ஆசிரியரின் வழி நடத்துதல் மிக முக்கியம்.

ஒரு வெள்ளியன்று, நானும் என் மாணவர்களும் கலந்துரையாட எடுத்துக் கொண்ட தலைப்பு, சினிமாவும்,

காதலும். அப்போதுதான் ஒரு காதல் திரைப்படம் வெளிவந்து வெற்றிகரமாக ஓடிக்கொண்டிருந்தது. அத்திரைப்படம் உருவாக்கிய அதிர்வுகள் ஏராளம். பள்ளிப் பருவத்தில் இயல்பாய் அரும்பும் ஒரு சிறு பிரியத்தை, ஒரு குறுகுறுப்பு உணர்வை, வெள்ளந்தியான நட்பை. காதலென ஊதிப் பெரிதாக்கிய திரைப்படம். அழகான ஒளி ஓவியம், தேர்ந்த பின்னணி இசை, நடிகர்களின் மாறுபட்ட நடிப்பு ஆகியவற்றிற்காக மட்டுமே கொண்டாடப்பட வேண்டிய திரைப்படம் அது. ஆனால் ‘இதுதான் காதல்’ என அழுத்தமாக முத்திரை குத்திய படமாக நிலைத்திருக்கிறது. ‘‘ப்ளஸ்டூ பாஸ் பண்றதே பெரிய விஷயம்னு ஆயிடுச்சு, கஷ்டப்பட்டுதான் டிகிரி படிச்சேன்’’ என்று கதையின் நாயகி சொல்லும் வார்த்தைகள், எரிந்து, உருகி, வழிந்து கையில் விழும் ஒரு துளி மெழுகைப் போல சட்டெனக் காந்துகிறது. படிப்பை இரண்டாம் பட்சமாக மாற்றி, கடந்து போக வேண்டிய பதின் பருவக் காதலை முன்னிறுத்தி, சிறு உணர்வுக்கு அதீத முக்கியத்துவம் தருவது எவ்வகையில் நல்லது?

இந்தச் சமூகம் கட்டமைத்திருக்கும், அதீதங்களில், over generalization உணர்வுகளில், பொதுமைப்படுத்துதல் சார்ந்த விஷயங்களில் நமக்கு எப்போதும் பெரும் ஆர்வம் உண்டு. சகல விஷயங்களையும் சகித்து ஏற்றுக்கொள்ளும் துணை, குழந்தைகளுக்காக தங்களின் அனைத்து சுக துக்கங்களையும் தியாகம் செய்யும் பெற்றோர், தாய் தந்தையின் கனவைச் சிறிதும் பிசகின்றி நிறைவேற்றும் குழந்தைகள், பிரிந்து போன காதலை எண்ணியே ஏங்கிக் கொண்டிருக்கும் மனது, வருடக் கணக்கில் காத்திருக்கும் காதல், ஆகிய இவற்றின் மேல் நமக்கு ஒரு

பெருமையும் பிரியமும் இருக்கிறது. நம் உணர்வுகளின் ஆதிக்கம் இல்லாமல், ஆத்ம சுத்தியோடு இந்தச் சிந்தனைகளை ஆராய்தல் மிக மிக அவசியம்.

அன்பென்பதும், நட்பென்பதும், பிரியமென்பதும் பேராயுதங்கள். அன்பைக் கைக்கொள்ளும் இருவரும் தத்தம் எல்லைகளில் நின்று கொண்டிருக்கும்போது அது ஒரு உணர்வு. யாரேனும் ஒருவர், தம் எல்லையை மீறும் பொழுது, அன்பே குறுவாளாக மாறி, இரத்தமின்றி, வன்முறையின்றி, ஆர்ப்பாட்டம் இல்லாமல் இன்னொரு இதயத்தைக் குத்திக் கிழிப்பதாக அமைந்து விடுகிறது. காதலின் போர்வையில் காணச் சகியாத, கேட்கக் கூடாத விஷயங்கள் இங்கே கொட்டிக் கிடக்கின்றன. நட்பென்பது வரமாகவும் இருக்கும், சாபமாகவும் மாறும் என்பது நாம் எல்லோரும் அறிந்ததே. ஆனால் பிரியத்தின் போர்வையில், அக்கறையின் பேரில் நிகழ்த்தப்படும் உணர்வுகளின் வன்முறை குறித்து நாம் யோசிப்பதே இல்லை. காலம் நம் அனைத்து உணர்வுகளையும் நகைச்சுவையாக்கிக் கடந்து போய்க் கொண்டே இருக்கிறது என்பதை நாம் உணர்வதே இல்லை.

கடக்க முடியாத கணங்கள் என நம்மிடம் ஏதாவது இருக்கிறதா?

"மனித மனம் தான் உலகின் மிகப்பெரிய வேதியியல் கூடம். அன்பு துரோகமாக மாறுவதும், காதல் வலியாக மாறுவதும், மகிழ்ச்சி துயரமாக மாறுவதும், பிரியம் உதாசீனமாக மாறுவதும், கண்டறிய முடியாத கணங்களின் மேல் நடந்து கொண்டே

இருக்கின்றன'' என்பார் ராஜுமுருகன். மாற்றம் ஒன்றே மாறாதது என்பது தேய்வழக்கான நம்பிக்கை.

மரண வைராக்கியத்தையே மறந்து போகிற மனது வாய்த்திருக்கிறது நம் எல்லோருக்கும். ஆனால் காலம் கடந்து போய்விடும் என்பதைப் புரிந்து கொள்ளாமல், உணர்வுகளின் ஆதிக்கத்திலேயே நிலைத்து நின்று விடுகிறோம் நாம்.

''கிட்டாதாயின் வெட்டென மற'' என்பது ஆயிரம் காலத்துச் சொற்றொடர், நேர்மையாக, உண்மையாக முயன்ற ஒன்று கிடைக்கவில்லையெனில், அது உனக்கானது இல்லையென, சட்டென மறந்து கடந்து விடு என்பதே பொருள். காதல், கனவுகள், மதிப்பெண், வேலை, சின்னச் சின்ன பிரியங்கள் என அனைத்திற்கும் இது பொருந்தும். ஏன் சட்டென்று மறக்க வேண்டும்? கொஞ்சம் கொஞ்சமாய் மறந்தால் ஆகாதா? இல்லை, உடனடியாக அந்த உணர்வை வெட்டத்தான் வேண்டும். வெட்டினால்தான் சட்டென்று முறியும். வெட்டிய இடத்தில் துளிர்ப்பதில்லை. ஆனால், அதன் அருகில் பக்கவாட்டில் வேறொரு புள்ளியில் துளிர்க்கும்; தழைக்கும்; பின்பு பூக்கும். இதுதான் இயற்கையின் நியதி. வாழ்க்கை எதனோடும் முடிந்து விடுவதில்லை என்பது முகத்தில் அறையும் உண்மை. எல்லாவற்றையும் சட்டென்று கடந்து போகிற மனநிலை ஒன்று நமக்குள் எப்போதும் இருக்கிறது. நாம்தான் அதை மீட்டெடுத்துப் பயன்படுத்துவது இல்லை.

கிடைக்காத விஷயத்தைத் துறந்து, கிடைத்த விஷயத்தில் நிலைத்து, அதைக் கொண்டாடி, வாழ்வின் வெற்றி தோல்விகளை வாழ்ந்து, மேடு பள்ளங்களால் ஆனதே இந்தப்

பெருவாழ்வு என்று உணர்ந்து வாழ்ந்து முடிக்கும் போதுதான், ''இழப்பது வலி, துறப்பது ஞானம்'' என்பது தெளிவாகும்.

காதல் என்பது நம்பிக்கையும், பாதுகாப்பும் நிறைந்திருக்கும் ஓர் அழகான உணர்வு. வெறுமே பல வருடங்கள் காத்திருப்பது மட்டுமே, அதை அடைவதற்கான தகுதி இல்லை. ஈர்ப்பு வேறு; காதல் வேறு. பக்குவமும், அறிவும் மட்டுமே இரண்டையும் பிரித்துப் பார்க்கக் கற்றுத் தரும். அதுவரை மிகப் பொறுமையாக இருப்பது அவசியம். இதையெல்லாம் நம் மாணவர்களுக்கு யார் கற்றுக் கொடுப்பது?

டெல்லியைச் சேர்ந்த பதினைந்து வயது லக்ஷ்மியைக் காதலிப்பதாகவும், அவளைத் திருமணம் செய்து கொள்ள விரும்புவதாகவும் கூறினான் பக்கத்து வீட்டுக்காரன். அவன் வயது முப்பத்தி இரண்டு. பெரும் கனவுகளையும், இலட்சியங்களையும் சுமந்து கொண்டிருந்த லக்ஷ்மி அவனது காதலை நிராகரித்ததால் ஆத்திரம் தாளாமல், லக்ஷ்மியின் முகத்தில் அமிலத்தை வீசினான். முகம், கழுத்து, கண்கள் உடல் முழுக்க அந்த ஆசிட் வீச்சால் நிலைகுலைந்து போனாள் லக்ஷ்மி. சில ஆண்டு நீண்ட தொடர் போராட்டங்களைக் கடந்து, தன்னுடைய தன்னம்பிக்கையால் ஃபீனிக்ஸ் பறவையென மீண்டு வருகிறாள் லக்ஷ்மி. ஆசிட் வீச்சால் வாழ்விழந்த பலப் பல பெண்களுக்கான அமைப்பை உருவாக்கி அவர்களுக்கான நம்பிக்கையாக மலர்கிறாள் லக்ஷ்மி. அவரின் தன்னம்பிக்கையை பார்த்து பிரமித்து, அவரோடு தனது வாழ்வைப் பகிர்ந்து கொள்கிறார் அலோக் தீக்ஷித். கரடுமுரடான தங்கள் வாழ்க்கையை, அன்பால், பிரியத்தால், நட்பால் இட்டு நிரப்பி,

எடுத்துக்காட்டென வாழும் லக்ஷ்மியின் காதலைச் சொல்லச் சொல்ல வகுப்பில் ஏக அமைதி.

பலப் பல குறுக்குக் கேள்விகள், சந்தேகங்கள் எல்லாம் பேசி முடித்த பின்னர், ''காதல் என்பது விட்டுக் கொடுத்தல், சில சமயம் காதலையே விட்டுக் கொடுத்தல், நல்ல நட்பையும், காதலையும் தேடித் தேடி மனிதர்கள் தங்கள் வாழ்நாள் முழுக்க நடந்து கொண்டே இருக்கிறார்கள். இந்தப் பதினேழு வயதில் அந்த பெரும் பாரம் எல்லாம் உனக்குத் தேவையில்லை. படிப்பில் கவனமாய் இரு. படித்து முடித்து நல்லதொரு வேலையில் உன்னை நிலை நிறுத்திக்கொள், அதன் பின் உன் வாழ்க்கையின் முக்கிய முடிவுகளை நீ எடுத்துக் கொள்ளலாம்'' என்றேன். மாணவர்களிடமிருந்து பதிலேதும் இல்லை.

பதினேழு வயதுக் குழந்தையின் மனதிற்கு வாழ்வின் தீவிரம் புரியுமா? நம் வார்த்தைகளின் ஆழம் விளங்குமா? இதையெல்லாம் புரிந்து கொண்டு செயல்படுத்த முடியுமா என தெரியவில்லை. ஆனாலும் வகுப்பின் முடிவில் கண்கள் கலங்கி அணைத்துக் கொண்ட இதயங்களில் இந்த வார்த்தைகள் நிச்சயம் என்றும் உயிர்ப்புடன் இருக்கும், வேளை வரும் போது மீட்டெடுத்துத் தன்னைப் புதுப்பித்துக் கொள்வார்கள் என நிச்சயம் நம்புகிறேன்.

பாடங்களைத் தாண்டி, வாழ்க்கையைப் புரிய வைக்கிற முயற்சிகளில் நாம் எப்போதும் சோர்ந்து போகாமல் இருக்க வேண்டும். ''நன்மை செய்வதில் சோர்ந்து போகாமல் இருங்கள்'' என்கிற பைபிள் வாசகத்தின் சாரம் அதுதானே.

சொற்களின் காவடி

பால்யத்தின் நாட்களில், ஆளரவமற்ற பள்ளி மைதானத்தில் மேரி மாதாவின் கெபி வாசலில் உதிர்ந்து கிடக்கும் பன்னீர்ப் பூக்களை கோத்து ஒரு மாலையாக்க, தோழி ஒருத்தியின் கரங்களை நான் எப்போதும் தேடியதுண்டு. பருவத்தின் வாசலில் நிற்கையில், காணும் மனிதரிடத்திலெல்லாம் தோன்றும் பக்குவமற்ற பிரியங்களைக் கடப்பதற்கு நேசமும், புரிதலும் கொண்ட பெண் மனம் ஒன்றைத் தேடித் தேடி அலைந்து சலித்ததுண்டு. குடும்பம், சமூகம், கடமை, வேலை என ஒரு நொடி கூட நிற்கவிடாமல் சுழற்றியடிக்கும் இந்த வாழ்வெனும் பெரும் பாதையை, வெளிச்சமாக்கும் ஒரு எல்லையற்ற மானுட அன்பை நான் எப்போதும் யாசித்ததுண்டு.

பள்ளி நாட்களில், ஒவ்வொரு வருடமும் ஒவ்வொரு ஊராகப் படிக்கப் போனதில், நல்லதொரு வகுப்புத் தோழமை அமையவே இல்லை. சகஜமாகப் பேசவும் சிரிக்கவுமான நட்பு வாய்க்கவில்லை. கஞ்சி போட்ட புடவையில், ஒற்றை ரோஜாவோடு சிக்கனமாகச் சிரிக்கும் ஏதோ ஒரு ஆசிரியரின் புன்னகை மட்டுமே, எனக்கான சொல்லாய் நிறம் மாறியிருந்தது.

"நியூ அட்மிஷனா? நல்லா படிப்பியா? ஏதாவது டவுட் இருந்தா கேளு" என்பன மட்டுமே எனக்கான சொற்பத்தின் சொற்கள். எனக்கெனச் சொல்லாவிட்டாலும் கூட யார் யாருக்காகவோ எல்லா ஆசிரியர்களும் சிந்தும் சொற்களிலிருந்து எனக்கானவற்றை மட்டும் பொறுக்கி எடுத்து சேகரம் செய்து சொற்களால் மட்டுமே வாழும் ஆசிரியராக வாழ, பின்பொரு நாள் ஆசீர்வதிக்கப்பட்டேன்.

வாலிபத்தின் நாட்களில், ஏதேதோ இதயங்கள் ஏதேதோ நேரத்தில் இறைத்த சொற்கள் என் வாழ்வெனும் வீதியில் எப்போதும் நிறைந்து கிடக்கின்றன. இதயத்தை நொறுக்கிய அவமானத்தைப் பரிசளித்த, தேற்றி எடுத்து அமர வைத்த, கண்ணீரைத் துடைத்த, கோபத்தில் பொசுங்கிய, தலைகோதித் தூங்க வைத்த வார்த்தைகள், பிரித்துப் பார்க்கவே முடியாமல் எப்போதும் என்னுடன் வாழ்ந்து கொண்டிருக்கின்றன.

அன்பென்பது ஒரு சிறு சொல், ஒரு நுண்ணுணர்வு என்பதைப் புரிந்து கொள்ளவே ஒரு பெருவாழ்வு வாழ வேண்டியிருக்கிறது. அரை நூற்றாண்டு வாழ்ந்து முடித்த பின், கடந்து வந்த பாதையைச் சற்றுத் திரும்பிப் பார்க்கையில், அன்பின் சொற்களுக்காக மட்டுமே காத்திருந்த ஒரு வாழ்வை என்னால் நினைவு கூர முடிகிறது. எப்போதும் குன்றாத பரிவுடன் சில சொற்கள் என் நினைவில் மின்மினிப் பூச்சியின் ஒளியாய், சிறகசைத்தபடி பறந்து சொண்டிருக்கிறது. நல்லதும் கெட்டதுமான சில சொற்கள் வாழ்வை அடுத்த கட்டத்துக்கு நகர்த்தியபடியேதான் இருக்கின்றன. இந்த வார்த்தைகளைப் பிடித்துக் கொண்டுதான் நாம் மேலேறி வருகிறோம், அல்லது

ஆழத்தில் வீழ்கிறோம். மனிதனின் வாழ்வு உச்சரிக்கும் போதே காற்றில் உலர்ந்து போகும் சொற்களில் துவங்கி, சொற்களில் ஆளாகி வளர்ந்து, சமநிலையை அடைந்து, சொற்களின் போதாமையை உணர்ந்து மௌனத்தில் கனிந்து பின் தன் முடிவை எட்டுகிறது. எண்ணங்களின் எல்லையற்ற வானில், உணர்வுகள் நிறைந்து கசியும் புள்ளிதான் அவரவர்க்கான சொற்கள். அன்பு, நட்பு, காதல், வன்மம், கோபம், இயலாமை, பரிதவிப்பு, தனிமை என்ற அனைத்து உணர்வுகளையும் நாம் சொற்களின் வழியாகவே கடக்கிறோம். தவறி விழும் ஒரு சொல் முள்ளாய் மாறி வாழ்நாள் முழுவதும் உறுத்துகிறது. தேற்றி எடுக்கும் மறுவார்த்தை நிழல் பரப்பி, பூ உதிர்த்த மரமாய் மணந்து கொண்டிருக்கிறது. வார்த்தைகளை விட மகத்தானது உலகில் எதுவும் இல்லை.

தூரத்துச் சொந்தத்தில், கணவனும் மனைவியும், பெண் குழந்தையொன்று பிறந்த பிறகு, தங்களுக்குள் சரிப்பட்டு வரவில்லையென மனம் கசந்து, விவாகரத்து கேட்டு கோர்ட் படியேறினார்கள். பிள்ளை வளர்ந்து, விவரம் தெரிந்து கேள்வி கேட்கும் வரை வழக்கு இழுத்து கொண்டே போனது. "இன்னியோட முடிஞ்சுது இனிப் பேச ஒன்னுமே இல்லை, பாத்துக்கலாம் என்னதான் ஆகுதுன்னு" என்ற முடிவோடு குடும்பமாய்ப் போவார்கள். திரும்பும்போது கோபதாபமும், மனத்தாங்கலும் அதிகமாகித் திரும்பி வருவார்கள். ஒவ்வொரு முறையும் வாய்தா முடிந்து, அப்பாவும் அம்மாவும் அவரவர் ஊருக்குத் திரும்பும்போது, பிள்ளைதான் கதறி அழும். கலங்கிய மனதோடு குழப்பமாய்த் திரும்புவார்கள். வழக்கு என்ன ஆகும்

என்று யாராலும் ஊகிக்க முடியவில்லை. இறுதித் தீர்ப்புக்கு முன்பு, கணவன் மனைவி இருவரும் மனம் விட்டுப் பேச அனுமதி அளிக்கப்பட்டது. இருதரப்புக் குடும்பமும், பிள்ளையை வைத்துக்கொண்டு தவிப்புடன் அமர்ந்திருந்தார்கள். கடைசியாய் என பேசி முடித்துத் திரும்ப வந்து, ''மன்னிச்சுடுங்க மறுபடியும் சேர்ந்து வாழ ஆசைப்படறோம்'' என்று சொல்லிவிட்டு கணவன் பிள்ளையைத் தூக்கிக் கொண்டபோது குடும்பமே திகைத்துப் போனது. மனைவியையும், பிள்ளையையும் அணைத்துக் கொண்டு, ''வா! ஏதாவது குடி'' என்றபடி ஜூஸ் கடையை நோக்கி அவன் நகர்ந்தபோது, சொற்களின் மீதான தீராத வியப்பு வந்தது. ''என்னத்த அப்படி அந்தக் கடைசி நாள்ல பேசியிருப்பாங்க!?'' என்கிற ஆச்சரியம் மனதில் குடை விரித்தபடி உட்கார்ந்திருக்கிறது. மனித மனமும், சொற்களும் மண்ணும் மழையும் போல, நல்ல நேரத்தில் நல்ல மனதில் விழுந்த வார்த்தைகள், பொங்கிப் பொங்கி மனதை ஈரமாக்கிக் கொண்டே இருக்கின்றன.

ரேவதி சூட்டிகையான பெண். அப்பா அவளுடைய சிறுவயதிலேயே இறந்து விட, கருத்தாய்ப் படித்து, நல்ல வேலைக்குப் போய் குடும்பத்தையே தூக்கி நிறுத்தினாள். அம்மாவுக்கும், தம்பிக்கும், தங்கைக்கும் பார்த்துப் பார்த்து அனைத்தும் செய்தாள். சொந்தத்தில், அவள் மனதிற்குப் பிடித்த மாப்பிள்ளையையே நிச்சயம் செய்தார்கள். தடபுடலாய் வீடே அவள் திருமணத்திற்குத் தயாராகிக் கொண்டிருந்தது. திருமணத்திற்கு இரு தினங்களுக்கு முன்பு, ''உனக்கென்ன, கல்யாணம் செஞ்சுட்டு சந்தோஷமா வாழப்போற. காலமெல்லாம் கஷ்டப்படப்போறது நாங்கதான்'' என ஏதோ ஒரு மனத்துயரத்தின்

விளிம்பில் அவள் அம்மா கொட்டிய சொற்களின் வெம்மை தாளாமல் தீக்குளித்து விட்டாள் ரேவதி. வீடே துடித்துப் போனது. ஏன், ஏன் என மருகி மருகி அவள் அம்மா அழுத கண்ணீர் எல்லாம் வீணாகப் போனது. தீக்காயத்தால் கருகிப் போயிருந்த முகத்தில், தேங்கிய கண்ணீரோடு மொத்தமாய் அடங்கிப் போனாள் ரேவதி. இறந்து பல வருடங்கள் கடந்துபோன பின்னரும், தான் உதிர்த்த சொற்களின் சூட்டை, வடுவென நெஞ்சில் சுமந்து அலைந்து கொண்டே இருக்கிறாள் அந்தத்இ தாய்.

''இந்தக் காதல், கல்யாணம், குடும்பம் இதெல்லாம் ஒத்து வரும்னு எனக்குத் தோணல. எனக்குப் பணம் வேணும் புகழ் வேணும் நிறைய சாதிக்கணும், நிறைய நிறைய தேவைகள் இருக்கு, எதுக்கு தேவையில்லாம கல்யாணம் பண்ணி ரிஸ்க் எடுக்கணும்? நாம பிரியறதுதான் நல்லது'' என்று சொல்லி, பல வருடக் காதலை, அந்தக் காதலின் மேல் கட்டி எழுப்பியிருந்த கோட்டையை நொடியில் தகர்த்து எறிந்து விட்டுப் போன பிரிவின் சொற்கள் ஒவ்வொரு இதயத்தினுடைய நினைவின் புழுதியிலும் அப்பிக் கிடக்கின்றன. துவக்கத்தில் உதிரும் ஒற்றை வார்த்தைக்குத் தவமிருக்கும் காதல், பிரிவின் முடிவில் மிக நீண்ட மௌனத்தில் மூழ்குகிறது, யாரிடமும் பகிர்ந்து கொள்ளவே முடியாத கடைசி வார்த்தைகள் மரண ம் வரை மனதின் மூலையில் குடியிருக்கின்றன.

அனு காதலித்துத் திருமணம் செய்து கொண்டாள். குடும்பத்தின் முதல் பெண் பிள்ளை, அப்படிக் கல்யாணம் செய்து கொண்டதை அவளுடைய அப்பாவால் ஏற்றுக் கொள்ளவே முடியவில்லை. திருமணம் செய்து கொண்டு அவள் போனபின்

அவளுடன் பேசுவதை நிறுத்தினார். தன் மரணம் வரை அவளிடம் ஒற்றை வார்த்தை கூடப் பேசாமலேயே இறந்து போனார். மருமகனிடமும் பேரனிடமும் பேசாத பேச்செல்லாம் பேசிய அந்தத் தகப்பனுக்கு ஏன் தன் மகளிடம் பேச வார்த்தைகளற்றுப் போனது என தெரியவில்லை. தன்னைப்பற்றி யார் யாரிடமோ பேசிய தகப்பனின் வர்த்தைகளையெல்லாம் அவர் மரணத்திற்குப் பின்பு தன் வாழ்நாள் முழுக்க மொழிபெயர்த்துக் கொண்டே இருக்கிறாள் அனு. ஒரு சொல் வெல்லும், ஒரு சொல் கொல்லும் என்பதைத் தாண்டி, ஒரு மௌனம்கூட கொல்லும்.

நீண்ட பொழுதுகளில், பகிர முடியாமல் நீளும் தனிமையை எந்த வார்த்தைகளில் புரிய வைத்துவிட முடியும்? பல வருடங்கள் கடந்த பின்னரும் உள்ளத்தின் ஆழத்தில் தீயாய்ப் பற்றி எரியும் அவமானத்தை விளக்க நம் அகராதியில் சொற்கள் உண்டா எனத் தெரியவில்லை. சொற்களின் மகத்துவத்தை உணரும் முன்பே அவற்றைக் கொட்டித் தீர்த்து விடுகிறோம். சொற்கள் நம் அகத்தினூடே உறவாடுபவை. நம் இருதயத்தின் நிறைவிலிருந்து வருபவை. தவறி வரும் ஒரு சொல், நல் அரவின் விஷமென மனதின் ஒரு மூலையில் உறைந்து கிடக்கிறது. படத்துடன் மறுபடி மீண்டெழுந்து தன் கூரிய பற்கள் வழியே அவ்விஷத்தைக் கக்கி விடுவதற்கான காலத்தைக் கோரிக் காத்துக் கொண்டிருக்கின்றன அந்தச் சொற்கள்.

மனித உதடுகள் உதிர்க்கும் சொற்களை உணர்வுகளாகப் புரிந்து கொள்பவை நம் செல்லப் பிராணிகள். மனிதர்களிடம் பேச எதுவுமற்றுப் போனவர்களின் உலகில், நாயும், பூனையும், கிளிகளும் குருவிகளுமே எல்லாமுமாக ஆகிப் போகின்றன. நாள்

முழுவதும் முதுகொடிய வேலை பார்த்துவிட்டு, பின்னிரவுகளில் பிஸ்கட் பாக்கெட்டுகளோடு, தெரு நாய்களைத் தேடிப் போகிறான் பாரதி. வீட்டில் நாய் வளர்க்க முடியாத சோகத்தை இப்படித்தான் அவனால் தீர்த்துக் கொள்ள முடிகிறது. தான் வளர்க்கும் நாய்களை நாய் என்று யாராவது கூறிவிட்டால் கோபம் வந்துவிடும் வள்ளி அக்காவுக்கும், அத்தானுக்கும். ''பேர்தான் இருக்குல்ல. எதுக்கு நாய்னு சொல்லணும்'' என்று முகத்தைத் திருப்பிக் கொண்டு போய் விடுவார்கள். விலை கொடுத்து விதவிதமாய்க் கிளிகள் வாங்கி வந்து, அவற்றுக்கென தனி கூண்டு, படுக்கை, குட்டி ஊஞ்சல் என்று பார்த்துப் பார்த்து அவைகளுக்குக் கூடு அமைத்துக் கொடுக்கிறான் பிரகாஷ். அவன் வளர்க்கும் கிளிகளில் ஒன்றுக்கு ஒரு கால் சற்று ஊனம். எப்போதும் அதனோடுதான் அவன் காலையும் மாலையும். அன்பின் வறுமையைத் தங்களின் செல்லப் பிராணிகளின் பிரியங்களில் மீட்டெடுத்தவர்கள் பாக்கியவான்கள் என்று தோன்றுகிறது. அரசு மருத்துவமனை எதிரே உள்ள பஸ் ஸ்டாண்டில், பழைய துணி மூட்டையைச் சுமந்து கொண்டு ஒரு மனநிலை பிறழ்ந்தவன் உட்கார்ந்திருப்பான். அவனருகில் எப்போதும் ஒரு தெருநாய் வாலாட்டிக் கொண்டு படுத்திருக்கும். நள்ளிரவில் ஏதோ ஒரு வண்டியில் அடிபட்டு அந்த நாய்க்கு பின்னங்கால் ஒன்று முறிந்து போனது. வலியால் இரவெல்லாம் ஊளையிட்டு கொண்டிருந்தது. காலையில் பார்க்கும்போது, அதன் காலைச் சுற்றி வண்ண வண்ணத் துணிகளால் கட்டுப் போடப் பட்டிருந்தது. அந்தக் காலைத் தூக்கி தன் மடிமேல் வைத்து தடவி விட்டுக் கொண்டிருந்தான் அந்த மனநலம் பிழன்றவன். நாயும் காலைக் கொடுத்துவிட்டு, கண்களை மூடிப் படுத்திருந்தது.

வார்த்தைகளற்ற பிரியத்தின் மொழி ததும்பும் அந்தக் காட்சி மனதில் நீங்காமல் இருக்கிறது. எப்போது அந்தப் பக்கம் போனாலும், கண்கள் அவர்கள் இருவரையும் தேடும். வாலாட்டிக் கொண்டே ஒற்றை மனிதனின் நிழலில் படுத்திருக்கும் நாயின் பிம்பம் ஒரு துயரச் சித்திரமாகவே பதிந்திருக்கிறது.

பள்ளிக் காலத்தில் கடைசித் தேர்வு முடிந்த அன்று மாலையே கோடை விடுமுறைக்கு, தாத்தா பாட்டி வீட்டுக்குப் போய் விடுவோம். கண்ணுக்கெட்டிய தூரம் வரை கடலையும் எள்ளும் விளைந்து செழித்திருக்கும். நுங்கும், இளநீரும், கொத்துக் கொத்தாய்க் காய்த்திருக்கும் கடலையும் தான் மூன்று நேரமும் உணவு. நிறைந்து தளும்பிக் கொண்டிருக்கும் கிணற்றில் கை, கால், பாதங்கள் வெளிற வெளிற நீச்சலடித்துக் கிடந்தோம். விளையாடிக் களைத்து, மாலையில் கூடடைந்து, தாத்தாவைச் சுற்றிக் கதை கேட்க உட்கார்ந்து கொள்வோம், சாணி தெளித்து மெழுகிய முற்றத்து வாசலில் மனக்கணக்குகள், வாய்ப்பாடுகள், புதிர்கள், பாடல்கள் என அவர் கேட்க, நாங்கள் போட்டி போட்டுக் கொ ண்டு பதில் சொல்ல சுவாரசியமாய்ப் பொழுது போகும். மாலைக்காற்றில் முகம் கருக்கும் நேரத்தில் எங்கிருந்தோ ஒரு மணிச் சத்தம் மிகச் சன்னமாய் காற்றில் மிதந்து வரும். கதை ஓட்டத்தில் மூழ்கியிருக்கும் நாங்கள் கவனம் கலைந்து மணிச்சத்தம் வரும் திக்கையே கண்கொட்டாமல் பார்த்துக் கொண்டிருப்போம். சுத்தமாய்த் துவைத்துக் கட்டப்பட்ட வெள்ளை வேட்டி, மேல் துண்டு, படிய வாரிய தலை, நெற்றி நிறைத்த திருநீறு, நீண்ட வெண்தாடி சகிதமாய் மெதுவாய் தெருவுக்குள் நுழைவார் துறவி ஒருவர். ஒரு நீண்ட கழியின்

இருபுறங்களிலும் பளபளவென தேய்த்துத் தொங்க விடப்பட்ட சிறு வெண்கலப் பானைகளும், சிறு மணிகளும் அவற்றைச் சுற்றி இணைக்கப்பட்டிருக்கும். அவர் அதைத் தன் தோளில் காவடி போல் தூக்கிக் கொண்டு வருவார். தாத்தா, அவங்க யாரு? எங்கிருந்து வராங்க? எனக் கேள்வி கேட்போம். ‘‘அவங்க பேரு அன்னக்காவடி, வீடு வீடாய்ப் போய் அரிசி வாங்கி சமைச்சு சாப்பிடுவாங்க’’ என்பார் தாத்தா.

தினமும் மாலை வேளையில் ஒவ்வொரு வீட்டின் முன்பும் அரிசி மட்டுமே யாசித்து நிற்பார்கள். வேறெதுவும் அவர்கள் கேட்பதில்லை. அதுவும் அரிசிபோடுங்க என்றோ ‘பிச்சை’ எனப் பெருங்குரலெடுத்துக் கூவுவதோ இல்லை. ஒவ்வொரு வீட்டின் முன்பும் அரை நிமிடத்திற்கும் குறைவான நேரமே மௌனமாய் நின்றிருப்பார். அரிசி போட்டாலும் போடாவிட்டாலும் எந்த முக வேறுபாடும் இல்லாமல் அடுத்தடுத்த வீடுகளுக்கு மௌனமாய்க் கடந்து போய்க் கொண்டே இருப்பார். அவருடைய ஒரே மொழி அந்தக் காவடியில் கட்டப் பட்டிருக்கும் வெண்கல மணியின் சப்தம் மட்டுமே. சந்தோஷம் என்பதும் இல்லாமல் துக்கம் என்பதும் இல்லாமல் பார்வையால் கூடப் பேச விரும்பாத மௌனத்தோடு மனிதர்களைக் கடந்து போய்விடுவார். பொழுது சாய்ந்த பின், ஊர் எல்லையில் இருக்கும் கோவில் பிரகாரங்களில் அந்தக் கிராமத்திலிருக்கும் அத்தனை அன்னக் காவடிகளும் சேர்ந்து, கொண்டு வந்திருக்கும் அரிசியை உலை பொங்கிச் சமைத்து, கஞ்சியை உண்டுவிட்டு, கோயில் தாழ்வாரங்களிலேயே படுத்துக் கொள்வார்கள். விடியலில் இருந்து அந்தக் கோவிலில் உழவாரப் பணிகளை

மேற்கொள்வார்கள். ஓரிரு வாரங்கள் அந்தக் கிராமத்திலேயே தங்கி கோவில் வேலைகள் முடிந்த பின்னர் அடுத்தடுத்த கிராமங்களுக்குப் போய் விடுவார்கள். வாழ்வில் ஒருமுறை சந்தித்த அன்னக் காவடிகளை மறுமுறை பார்ப்பது அரிது. கைப்பிடி அளவு அரிசி மட்டுமே யாசிக்கும் அந்த அன்னக் காவடிகளுக்காக நாம் காத்திருந்தாலொழிய அவர்களுக்குப் பிச்சையிட முடியாது. தங்க நிலமின்றி, கூரையின்றி வாழ்வதை விட மிக அரிது, சொற்களின்றி வாழ்வது. எவரிடமும் எந்தச் சொற்களுமின்றி அந்தியில் வீசும் சிறுகாற்றைப் போல இந்த வாழ்வை வாழ்ந்து விட்டுப் போன அன்னக் காவடி மனிதர்கள், பேச்சை விட மௌனத்தையே அதிகம் நினைவூட்டிக் கொண்டிருக்கிறார்கள்.

வாழ்வில் ஏதேனும் ஒரு தருணத்தில் உறவுகள் கசந்து வார்த்தைகள் சலித்துப் போய், பையைத் தூக்கிக் கொண்டு பயணம் போகாதவர் யாரேனும் இருக்க முடியுமா? நம் பயணங்களில் நாம் கண்டடைவது என்ன? சிலசமயம் நீர் நிறைந்தோடும் ஆறுகள், வாய்க்கால்கள், சிலசமயம் வறண்ட வயல்கள், எப்போதாவது பெய்யும் மழை, அதிசயமாய்ப் பூத்திருக்கும் ஒரு அந்தியின் வானவில், எப்போதும் உடன் வரும் ஒரு ஒளிக்கீற்று, இவையெல்லாம்தானே அந்தக் கசந்த மனதிடம் இந்த இயற்கை பேசும் மொழி. இரயில் பாதையிலிருந்து பிரிந்து போகும் ஒரு ஒற்றையடிப் பாதை, மஞ்சள் பூக்கள் மலர்ந்து சிரிக்கும் தோட்டத்தின் நடுவிலிருக்கும் ஒரு ஓட்டு வீட்டின் முற்றம், அங்கு வாசலில் ஒரு குழந்தை உறங்கும் தொட்டில் அசைந்து கொண்டிருக்கிறது. எதிர்த் திசையில் சட்டென்று

கடக்கும் மொட்டைப் பாறைகளைப் பார்க்கும்போதெல்லாம், அதன் உச்சியில் ஏறிப்போய் காற்றில் புடவை படபடக்க நிற்க வேண்டும் என ஆசைப்படாத பெண் மனம் உண்டா? ஜன்னலோரம் கூடவே வரும் நிலவைக் கண்டு மனம் கசிந்து, கண்ணீரில் தன் மனத் துயர்களைப் போக்கிக் கொள்பவர் எத்தனை எத்தனை பேர்? இணை பிரியாமல் நம்முடன் கூடவே வரும் இன்னொரு ரயில் பாதை எங்கேயோ நடுவில் காணாமல் போனால் ஏன் துயரமாய் இருக்கிறது? அடர்ந்த முட்புதர்களுக்கிடையே ஆளற்றுக் காணப்படும் பாழடைந்த கோயில்களின் தெய்வங்கள் எங்கு சென்றிருக்கும்? பின்னிரவுகளில் இருள் சூழ்ந்திருக்கும் மலைகளில், எங்கோ மினுக்மினுக்கென்று விட்டு விட்டு மின்னிக் கொண்டிருக்கும் வெளிச்சப் புள்ளிகள் அளிக்கும் படிமங்கள் எத்தனை மகத்தானவை இல்லையா? பெரு இரயில்கள் சட்டை செய்யாத சின்னஞ்சிறு இரயில்வே ஸ்டேஷனின் சிமெண்ட் பெஞ்ச்சுகள் ஏன் பெயரற்றுப் பிரிந்து போன ஒரு உறவை நினைவூட்டிக் கொண்டே இருக்கின்றன?

புதிதாய் முளைத்திருக்கும் மண்மேட்டில் சருகாகி உதிர்ந்திருக்கும் மலர்கள் சில நாட்களுக்கு முன் மறைந்து போன ஒரு வாழ்வின் நினைவுகளைச் சுமந்து கொண்டிருக்கின்றன, இல்லையா? அங்கு சிதறியிருக்கும் மண்பானையும் மூங்கில் பாடையும், நினைவில் ஒளிந்திருக்கும் ஒரு மரணத்தின் ஜ்வாலையை எடுத்து வந்து விடுகிறதல்லவா?

ரயில் சத்தம் கேட்டவுடன் வீட்டிற்குள்ளிலிருந்து ஓடிவந்து முகம் நிறையச் சிரிப்போடு முகமறியா மனிதர்களுக்கு டாட்டா

காட்டும் குழந்தையின் மனதொன்று வாய்த்து விட்டால் போதும்தானே? நம் பயணங்களில் எங்கோ தொலை தூரத்தில் சிவப்பு நிறத்தில் மௌனமாய் ஒளிர்ந்து கொண்டிருக்கும் சிலுவையின் வெளிச்சம், "நான் உன்னை விட்டு விலகுவதுமில்லை, உன்னைக் கைவிடுவதும் இல்லை" என்கிற பைபிள் வார்த்தைகளைக் காலமெல்லாம் சொல்லிக் கொண்டிருக்கின்றன. அவை வெறும் வார்த்தைகள்தானா? காதலிலும், நட்பிலும், பிரியத்திலும், உறவிலும் ஆண்டாண்டு காலமாய் உணரப்படும் நம்பிக்கையின் மொழி அல்லவா?

திப்பக்காட்டில், சூரிய உதயம் பார்க்கப் போன ஒரு அதிகாலை நேரத்தில், வனப்பேச்சி கோவிலைப் பார்த்தேன். அடர்ந்த முட்புதர்கள் நிறைந்த காட்டில், மனித நடமாட்டமே இல்லாத இடத்தில், ஓரடி உயர சுற்றுச் சுவர் மத்தியில் எலுமிச்சம் பழம் குத்தியிருந்த சூலத்தோடு ஒரு மர நிழலில் ஆசுவாசமாய் அமர்ந்திருந்த அந்தக் கிராமத்துத் தேவதையைக் கண்டபோது, அது தெய்வமென்றே தோன்றவில்லை. "உங்களுக்கெல்லாம் எத்தனை சொன்னாலும் புரியாதுல்ல" என்கிற ஜென்மாந்திர ஆதங்கத்தோடு, மனிதர்களிடம் பேசப் பிடிக்காமல், தனித்து வனமிறங்கிப் போய் அமர்ந்து கொண்ட நம் வீட்டுப் பெண்கள் போலவே தோன்றுகிறது! எந்த உறவிலிருந்தும் மனமறிந்து விலகிப்போன பிறகு வெறும் சொற்களுக்கு மதிப்பிருக்கிறதா என்ன?

நம் பயணங்கள் நம்முடன் மௌனமாய் உரையாடிக் கொண்டே இருக்கின்றன. எங்கிருந்தோ கிளம்பி, எங்கெங்கோ நீண்டு வளைந்து சென்று, பின் கண்ணிலிருந்து மறையும் சிறு

வழித்தடத்தின் முடிவில், ஏதோ ஒரு உயிர் மீந்திருக்கும் தடம் இருக்கிறது. சின்னதும் பெரிதுமாய் நிறைய மூட்டை முடிச்சுகளோடு, தாங்கள் போய்ச்சேர வேண்டிய ஊருக்கு இரயில்வே ஸ்டேஷனில் காத்திருக்கும் குடும்பங்கள் எல்லா இரயிலடித் தடத்திலும் இருக்கிறது. பகலும் இரவும் தங்களைக் கடந்து போய்க் கொண்டே இருக்கும் முகமற்ற மனிதர்களைக் குறுஞ்சிரிப்புடன் வேடிக்கை பார்த்தபடி அமர்ந்திருக்கும் அந்த யாத்ரீகக் குழந்தை போல, இந்த வாழ்வை வேடிக்கை பார்த்தபடியே கடந்து போய்விட முடிந்தால் எவ்வளவு நன்றாக இருக்கும்.

அன்பின் வார்த்தைகளுக்குத்தானே வாழ்நாள் முழுவதும் தவமிருக்கிறோம்? நம்மோடு கூடவே வாழும் மனிதர்களுக்கு நம்மிடம் சொல்ல எதுவுமில்லாமல் போகும் நொடியில்தானே, ஒரு பூவின் மலர்தலை, மழையின், ஈரத்தை, உருண்டு விழும் கண்ணீரின் ஒரு துளியை, தென்றலின் சிறு தழுவலை, இசையின் ஒரு துணுக்கை நிலவின் சிறு கீற்றை, இனிப்பின் ருசியை, செல்லப் பிராணியின் ஆதூரத்தை நாம் சொற்களாக, மொழியாக உருவகம் செய்து கொள்கிறோம்.

ஒரு வார்த்தை எத்தனையோ நம்பிக்கைகளை அளித்து விடுவது போலவே, சொற்களின்றி இருப்பதுவும் உண்மையான பேரனுபவம். எத்தனையோ தொழில்நுட்ப வசதிகள் பெருகிப் போயிருக்கிற இந்தக் காலத்திலும், நினைத்ததைச் சொல்ல முடியாத மனித மனம்தான் பெரும் அதிசயமாய் இருக்கிறது. சிலரின் சொற்களுக்காக எப்போதும் காத்திருக்கிறோம். பேசிச் சரி செய்ய வேண்டிய நேரங்களில், 'என்ன பேசறதுன்னே

தெரியல' எனச் சட்டென்று ஊமையாகி விடுகிறோம். சே! அப்படிப் பேசியிருக்கவே கூடாது என்று உதிர்த்த வார்த்தைகளுக்குத் துயரப்படும் மனது எல்லோருக்கும் வாய்த்திருக்கிறது. பிடித்த எழுத்தாளர்களின் வார்த்தைகளைச் சுமந்தே திரிகிறோம் எப்போதும். வாழ்நாள் எல்லாம் உதிர்ந்து உதிர்ந்து ஆவியாகும் மனிதனின் சொற்கள், அவனுடைய மரணத்தில்தான் அடங்குகின்றன.

புத்தர் தன் வாழ்நாட்களில் பாதியை நடந்தே கழித்தார். நாற்பது வருடங்கள் இடைவெளியில்லாமல் பேசியிருந்தால் மட்டுமே இப்போது நமக்குக் கிடைத்திருக்கும் அவரது அனைத்து உபதேசங்களும் சாத்தியம் என்கிறது வரலாறு. ஆனால் அவ்வளவு பேசியிருக்கிற புத்தரை மௌனத்தின் வடிவமாகவே கொண்டாடுகிறோம். துவக்கத்தில் தான் கண்டடைந்த ஞானத்தின் பேரனுபவத்தை மக்களிடம் சொல்லி விழிப்புணர்வை ஏற்படுத்த வேண்டும் என ஆசைப்பட்ட புத்தர் நிறையப் பேசினார்,

ஞானத்தைப் பேசிப் புரியவைப்பதைக் காட்டிலும் உணர்ந்து புரிய வைப்பது மேலெனத்தோன்றியபோது அவர் அமைதியானார். அமைதி குறித்தான புத்தரின் கதைகள், உரையாடல்கள் ஏராளமாய் இருக்கின்றன. அளவற்ற மக்கள் கூட்டத்தின் முன்பு பேச அமர்ந்தார் புத்தர். அவர் கையில் ஒரு மலர் இருந்தது. பூவை வெகுநேரம் கண்கொட்டாமல் பார்த்துக் கொண்டிருந்த புத்தர் எதுவும் பேசவில்லை. மக்கள் காத்துக் கொண்டிருந்தனர். காற்று மெல்ல வீசிக் கொண்டிருந்தது. பறவைகள் பாடிக் கொண்டிருந்தன. நேரம் நகர்ந்ததே தவிர, புத்தர் பேசவேயில்லை. வெகு நேரத்திற்குப் பிறகு, மௌனம்

கலையாமல், புன்னகையுடன், அந்தப் பூவைத் தன் அருகிலிருந்த சீடன் காசியபனுக்குக் கொடுத்தார். காசியபனும் அதைப் புன்னகையோடு பெற்றுக் கொண்டு மௌனமாய் நின்றான்.

இருவருக்குமிடையே வார்த்தைகள் இல்லை, பூ என்பது தாவரத்தின் முக்கிய பகுதி, அது என்ன நிறம், என்ன மணம் எத்தனை அழகு என்பது போன்ற தர்க்க சிந்தனைகள் எதுவுமில்லாமல் பூவின் இருப்பை மட்டுமே புரிந்து கொண்டார் புத்தர். பூவின் அமைதியிலிருந்து, இயற்கையின் இருப்புணர்வை உள்வாங்கிக் கொண்டார். அவர் புரிந்து கொண்டதை மௌனத்தின் மூலம் மொழிபெயர்த்துக் கொண்டவர் காசியபன். பூவைப் பற்றி மற்றவர்களுக்கு விளக்க மொழி முக்கியமில்லை நிபந்தனைகள் இல்லாத பார்வைதான் முக்கியம் என்பது மட்டுமே புத்தர் சொல்ல விரும்பிய செய்தி. எப்பேர்ப்பட்ட புரிந்துணர்வு! தேவைப்பட்டால் மட்டுமே பேசுகிற சொற்சிக்கனத்தைக் கையாளுகிற ஜென் துறவியாகிவிட முடிகிறதா எல்லோராலும் எப்போதும்?

யார் யாரோ எப்போதோ உதிர்க்கின்ற சொற்கள்தான் யார் மூலமாகவோ நம்மை வந்தடைந்து கொண்டே இருக்கின்றன. எப்போதும் கதைகளில், காப்பியங்களில், நூல்களில், மேடைகளில் யாராவது சொல்வதை நாம் நம் மொழியில் பேசிக்கொண்டே இருக்கிறோம். யாரும் சொல்லாததை யாராலும் சொல்ல முடியாது என்கிற நிதர்சனம் புரிகிறபோது, குவியும் வார்த்தைகளை உதறிவிட்டு மௌனத்தின் இசையை மீட்டெடுக்கும் மனதிற்கு மட்டுமே தெரியும், ''மௌனம் இந்தப் பிரபஞ்சத்தின் சிறந்த மொழி'' என்பது.

பெண்

அன்று காலை விடியும்போதே மழை அடித்துப் பெய்து கொண்டிருந்தது. இரவெல்லாம் நல்ல மழை போல கருவேப்பிலை மரமும் செம்பருத்திச் செடியும் மழையின் கனம் தாளாமல், துளிகள் சுமந்து, அசைவற்று நின்று கொண்டிருந்தன. நீர் நெய்த ஆடையென வானத்திற்கும் பூமிக்கும் இடையே நிறைந்திருந்தது மழை. வானம் கறுத்து, மேகம் அடர்ந்து, மழை சீராய்ப் பெய்து கொண்டிருந்தது. அன்றைய தினம் பள்ளி வேலை நாளா, இல்லையா எனத் தெரியாமல் தவிப்பாக இருந்தது. டி.வி, வாட்ஸ் அப், ஃபோன்கால் என மாறி மாறி அலைபாய்ந்து கொண்டிருந்தேன். காலை எட்டு மணி வாக்கில் பள்ளிக்கு விடுமுறை என அறிவித்து விட்டார்கள். கணவரும் மகனும் அவரவருக்கு வேலையென வெளியே சென்றுவிட, வழக்கமான வேலைகள் அனைத்தும் முடிந்திருக்க சற்றே ஆசுவாசமாய் உணர்ந்தேன். 'இன்றைய தினம் முழுக்க, நானும் என் தனிமையும் மட்டுமே' என்கிற நினைவு, தித்திப்பாய் உள்ளிறங்கியது. எதிர்பாராமல் கிடைத்த விடுமுறை என்பது, கேட்காமல் வாய்த்த வரம்போல். நிதானமாய்ச் சாப்பிட்டு,

நிதானமாய் டீ போட்டுக்கொண்டு, நிதானமாய் மழையை வேடிக்கை பார்த்தபடி அமர்ந்திருந்தேன். மழை எத்தனை இதம்; எத்தனை நினைவுகளை, எவ்வளவு தருணங்களை அள்ளி எடுத்து வந்து, நம் தினங்களை நிறைத்து விடுகிறது. மனதின் அடியாழத்தில் உறைந்து கிடக்கும் சில முகங்கள், சில நினைவுகள், சில பிரியங்கள், சில ஏக்கங்கள், சில நட்புகள் நீர்க்குமிழியென மேலெழும்பிக் கிளம்பி வரும் கணங்கள் மழைக் காலத்திற்கேயானவை, மழையில் நனைந்து சிறகுகள் ஒட்டிய உடலோடு காம்பவுண்ட் சுவரில் அமர்ந்திருந்த சிலுப்பி, மழைநீரை உதிர்த்து, காற்றில் கவிதையொன்றைப் படைத்து எறிந்து விட்டுப் பறந்து போனது.

ரேடியோ பண்பலை ஒன்று, மழை ஈர வாசனையாய் மனதிற்குப் பிடித்த பாடல்களை வரிசையாய் ஒலிபரப்பிக் கொண்டிருந்தது. ‘மனதை மயிலிடம் இழந்தேனே. மயங்கி தினம் தினம் விழுந்தேனே’ என ஜேசுதாஸ் உருகி இழைத்துக் கொண்டிருந்தார். மழையும் இசையும் போல சிறந்தொரு இணை இல்லை, எப்போதும்.

எல்லா மழைக்காலங்களும் இப்படி நிம்மதியாக இருக்குமாறு வாய்த்து விடுகிறதா என்ன? மழையில் நடுங்கியபடி, ஒரு போலீஸ் ஸ்டேஷன் வாசலில் நாளெல்லாம் நின்றிருந்த நினைவொன்று, மங்கலாய் மனதின் மூலையில் ஆழக் கிடக்கிறது. ஏதேதோ சுகந்த வாசனைகளோடு, முல்லைப் பூ மணம் பரவியிருந்த பரவசமான மழைக்கால மாலைப் பொழுதொன்று நினைவில் இருக்கிறது. மூச்சுத்திணறல் வந்து மூச்சுவிட சிரம்பபட்டு, கண்கள் சொருகி, மயக்கமான

பிள்ளையைத் தூக்கிக் கொண்டு, ஆஸ்பத்திரிக்கு ஓடியது ஒரு மழைக்கால இரவில்தான். அடிக்கடி உடல்நலமில்லாமல் சிரமப்படும் கணவரை ஆஸ்பத்திரியில் சேர்த்து விட்டு, ஜன்னல் வழியே, பெய்யும் மழையை வெற்று மனதோடு பார்த்திருந்த நீண்ட பகற்பொழுதுகள் எண்ணற்றவை. மழை பாட்டுக்குப் பெய்து விட்டுப் போய்விடுகிறது, அது தரும் நினைவுகளின் சுமைகள், இறக்கி வைக்க முடியாத பாரங்கள் அல்லது வரங்கள்.

நினைவுகளின் நீண்ட வரிசையைச் சட்டென்று கலைத்துப் போட்டது ஒரு பாடலின் துவக்கம். ஒரு சாக்ஸபோன் இசையோடு லலல்லா... என்கிற ஹம்மிங்கோடு அழகாகத் துவங்கியது. 'மனதில் என்ன நினைவுகளோ' என்கிற பழைய பாடலொன்று பனிப்புகை அடர்ந்த மலைப்பாதையில் நெடுந்தூரம் சென்றுவிட்டுத் திரும்பும்போது, நெஞ்சை நிறைந்திருக்கும் குளிர் காற்றைப் போல, பிரியத்தின் நறுமணத்தைச் சுமந்து வந்த அந்தப் பாடலில் மனம் நெகிழ்ந்து, தன் வசமிழந்து நின்றது.

எந்தக் கவலையுமற்றுப் பறந்து திரிந்த கல்லூரிக் காலம் கண் முன்னே வந்து நின்றது. துக்கமும் சந்தோஷமும், அழுகையும் கலந்து, கலவையான மனநிலை கிளர்ந்தது. கருங்கல் கட்டிடத்தால் ஆன வகுப்பறைச் சுவர்களில் மோதி எதிரொலிக்கும் எங்களின் சிரிப்புச் சத்தம் நினைவில் பூத்தது. அழகும் இளமையும், சந்தோஷமும் ததும்பித் திரிந்த நாட்கள் அவை. கலை, இலக்கியக் கொண்டாட்டங்களுக்கு எந்தக் குறைவுமின்றி பரந்த ரசனையோடு விரிந்திருந்த நாட்கள், இனி வாழ்நாளில் திரும்பப்பெற முடியாதவை. படித்தது இளங்கலை இயற்பியல் என்பதால், எப்போதும், பாடங்கள்,

அசைன்மெண்ட், ஆய்வகம், ரெக்கார்ட் நோட் ஆகியவற்றைச் சுற்றியே நாட்கள் நகர்ந்திருந்தன. எப்போதாவது அமையும் தமிழ் வகுப்புகள்தான் பெரும் ஆசுவாசமாக இருக்கும். இயற்பியல் ஆய்வகத்திற்கு நேர் எதிரே, மரங்களுக்கிடையில் குளுமையாய் அமைந்திருக்கும் நூலகத்திற்குச் செல்லத் துடியாய்த் துடித்துக் கொண்டிருப்போம், கம்பீரமான உயரமும், சுருண்ட தலைமுடியும், கண்ணாடிக்குள் பிரகாசிக்கும் கண்களுமாய், தமிழ் வகுப்பிற்குள் தென்றலென நுழையும் அனுராதா மேடத்திற்காக நாளெல்லாம் பழியாய்க் காத்துக் கிடப்போம். பாந்தமாய் அவர் உடுத்தும் புடவைகளைப் பார்த்த பிறகுதான், பருத்திப் புடவைகளின் மேல் பெரும் காதலே வந்தது! கேட்ட இசை, பார்த்த சினிமா, படித்த புத்தகம் எனப் பரந்திருக்கும் தன் வாழ்வை, எங்களுக்கென வகுப்பறையின் நான்கு சுவர்களுக்குள் எடுத்து வருவார். அப்போது, ‘சம்சாரம் அது மின்சாரம்’ என்கிற சினிமா வெளியாகி வெற்றிகரமாய் ஓடிக் கொண்டிருந்தது. எல்லோரும் குடும்பம் குடும்பமாய்ப் போய்ப் பார்த்துக் கொண்டாடிய படம்.

திருமணம், கணவரின் குடும்பம், மாமியார், மருமகள் என்பது பற்றியெல்லாம் அப்போது எந்தப் பெரிதான கனவுகளும் என்னிடம் இருந்ததில்லை. எப்படியாவது நன்கு படித்து முடித்து, நல்லதொரு வேலையில் சேர வேண்டும் என்பது மட்டுமே மனம் முழுக்க நிரம்பியிருந்தது. ஆனால் அந்தப் படத்தைப் பார்த்திருந்த எங்கள் அம்மாக்களின் முகங்கள் இறுகி, உறைந்திருந்தன. தங்கள் வாழ்வு குறித்தான சிறு வெளிச்சம் ஒன்று அவர்களுக்குள் உருவாகியிருந்ததை நாங்கள் அறியாதிருந்தோம்.

ஒரு மதிய வகுப்பு அனுராதா மேடத்துடன் மிக நீண்ட விவாதம் அடங்கிய வகுப்பாக அன்று மாறியது. ஆணைப் பிரதானமாக வைத்து, அவனுடைய உணர்வுகளுக்கு மட்டுமே முன்னுரிமை அளித்து இயங்குபவை நமது குடும்ப அமைப்புகள். 'தனக்கான கவனத்தை, தனக்கான சுயமரியாதையை ஒரு பெண் கோருவதுதான் படத்தின் மைய இழை' என அவர்கள் பேசத்தொடங்கிய போது, வகுப்பு நிறைந்த மௌனத்தில், கவனிப்பில் மூழ்கியது. "ஒரு தகப்பனின் அனுபவத்தை, சகோதரனின் பொறுப்புணர்வை, கணவரின் அறிவைக் கடந்து செல்ல இங்கு எந்தப் பெண்ணுக்கும் உரிமையில்லை. ஏதேனும் ஒரு தளத்தில், யாரேனும் ஒரு ஆண் மகனுடன் அவள் இணைந்து செல்லுமாறு வைக்கப்படுகிறாள். தன் கனவு, தன் ரசனை, தன் சுதந்திரம் எனக் கனவு காணும் ஒரு பெண்ணின் வாழ்வு, பொருளாதாரச் சுதந்திரம் மூலமாகச் சட்டென்று மேலேறி வர முடியும். பொருளாதாரச் சுதந்திரத்தின் மூலம் நீங்கள் மிக ஆழமாகக் கால் ஊன்றி வேரென நிலை கொள்ளுங்கள். பின்பு கண்ணியமான எண்ணங்களால் விரிந்து கிளை பரப்பி, அதன் நிழலை உங்களின் உண்மையான உறவுகளோடு பகிர்ந்து கொள்ளுங்கள். நாம் சுயம்புவாக மிளிர்வதற்குக் கல்வி இங்கு மிக அவசியம்" என அனுராதா மேடம் பேசி முடித்தபோது, நிஜமாகவே வாழ்வு குறித்த பயமொன்று நெஞ்சைக் கவ்வியது.

ஆசிரியர், மாணவிகள் என்கிற வேறுபாடில்லாமல் பெண் என்கிற ஒற்றைப் புள்ளியில் எங்களின் இதயங்கள் சங்கமித்திருந்தன. காலம் கடந்து நிற்கும் ஒரு மூத்த தலைமுறைப் பெண்ணின் நியாயமான உணர்வுகள் அன்று எங்கள் மனதில்

ஆழப் பதிந்தன. காலங்கள் உருண்டோடிய பின்னரும், அவரின் அந்தப் பகிர்தலை இப்போதும் மீள் உருவாக்கம் செய்து கொள்கிறேன் நான்.

அழகான திருமணம், கண் நிறைந்த கணவன், மாலையில் அவன் வாங்கிவரும் மல்லிகைப்பூ, இரவு நேரப் பாடல்கள், அழகான குழந்தைகள், அவர்களின் படிப்பு ஆகியவற்றைத் தவிர, எண்பதுகளின் பெண்களுக்கு வேறு என்ன கனவு இருந்திருக்க முடியும்? தன்னை நிலைநிறுத்திக் கொள்ள, எங்காவது சில பெண்கள், மன உறுதியோடு படித்து நல்ல வேலைக்கு வந்திருப்பார்களேயானால், அவர்களின் பெரும் ஓட்டத்திற்குப் பின், தன் கனவுகளைத் தொலைத்திருந்த ஒரு அம்மாவோ, அத்தையோ, சித்தியோ நிச்சயம் இருந்திருப்பார்கள். ''படிச்சுமுடிச்சு, ஒரு வேலைக்குப் போய் சம்பாதிக்கற வரை உனக்குக் கல்யாணம் காட்சி எல்லாம் கிடையாது. ஒழுங்கா, நல்லாப் படிச்சு ஒரு நல்ல வேலைக்குப் போற வழியைப் பாரு'' என மிகத் தீவிரமாய் என் இளமையை மடைமாற்றியவர் என் அம்மாதான். எனக்கெல்லாம் படிப்பும் வேலையும் என் அம்மாவின் தயவால்தான் எளிதாகிப் போனது. தன் குடும்பம், தன் சமூகம் தாண்டிச் சிந்திக்கத் தெரியாத பெற்றோரால், உறவினரால், எத்தனை எத்தனை பெண்களின் வாழ்வு இங்கு அவலமாகிப் போகிறது?!

கல்லூரிக் காலங்களில் என்னை உலுக்கி உணர வைத்த திரைப்படம் 'மறுபடியும்'. திரை ஆளுமை பாலுமகேந்திரா அவர்களின் டைரக்ஷனில், ரேவதி, அரவிந்த் சாமி, நிழல்கள் ரவி, ரோகிணி ஆகியோர் காவியமாய் வாழ்ந்து காட்டியதொரு அற்புதப் படம்.

அன்பின் இலக்கணமாய் வாழும் கணவன், மனைவி இருவருக்குள்ளே, வேறொரு பெண்ணின் வருகை புயலை உருவாக்குகிறது. மனைவியாகிய ரேவதி நிர்க்கதியாய்த் தனித்து விடப்படுகிறார். பலப்பல துயரங்களுக்குப் பிறகு, நல்லதொரு தோழனின் துணையால் மீண்டு வருகிறார் மனைவி. படத்தின் பல காட்சிகள் கவிதையாய் இருக்கும். படத்தின் முடிவு பல நாட்கள் என்னைத் தூங்க விடாமல் செய்திருக்கிறது. செய்த தவறை உணர்ந்து திருந்தி வர முயற்சிக்கும் கணவனை மறுத்து, வாழ்நாளெல்லாம் நல்ல துணையாய் வரச் சித்தமாய் இருக்கும் நண்பனையும் நிராகரித்து, அந்த மனைவி கதாபாத்திரம், நடிகை ரேவதி, திடமாய்த் தன் நண்பனிடம் பேசும் காட்சி அற்புதத்தின் உச்சம். "பிறந்ததில் இருந்து துளசி சக்திவேல்... கல்யாணத்துக்குப் பிறகு துளசி முரளிகிருஷ்ணா... ஆனா இப்போ துளசி..... வெறும் துளசி.... ஜஸ்ட் துளசி மட்டும். இது எனக்கு ரொம்பப் பிடிச்சிருக்கு, ப்ளீஸ். என்னைப் பலவீனமாக்க வேண்டாம்... இன்னொரு வாழ்க்கையை ஏற்றுக் கொள்ள என்னை நிர்ப்பந்திக்க வேண்டாம்" என்று பேசும் அந்தத் துளசியின் மனநிலை அன்று எனக்குப் புரிந்ததே இல்லை. "யாரையாவது ஒருத்தரை ஏத்துட்டு இருந்திருக்கலாமே" எனத் துயரமாய் இருந்தது.

ஆனால் தனக்கென ஒரு இலக்கை வரையறுத்து, அது நோக்கித் தனியே பயணிக்கும் ஒரு பெண்ணின் பார்வை எவ்வளவு முக்கியம் என்று முப்பது வருடங்கள் கழித்து இன்று புரிகிறது. பாலுமகேந்திரா அவர்களின் விரல் காட்டிய திசையை, காற்று கலைத்துப் போகாத அகல் விளக்கின் தீபமாய் என்

இதயத்தில் பத்திரப்படுத்தி வைத்திருக்கிறேன். என் பெண் குழந்தைகளுக்கு இதையே கற்றுத் தருகிறேன். பெற்றோருக்காகவும், கணவருக்காகவும், குழந்தைகளுக்காகவும் ஒரு பெண் தன் வாழ்க்கையை வாழ்ந்து தீர்க்கும் பாதையில் தன் கனவுகளுக்கெனவும் இடமளிப்பது அவசியம்....

பல தலைமுறைகள் கடந்து வந்துவிட்டேன் நான். பெண்களின் அக உலகம் வேறொன்றாய், அழகாய் இருக்கின்றது. பால்யங்களில் கோடை விடுமுறைகளில், ஒன்றாய் விளையாடி, ஒன்றாய்க் களித்து, கை நிறைய நண்பர்களின் பிரியங்களைச் சுமந்து ஊர் திரும்பிய குழந்தைமைத் தருணங்கள் ஆண், பெண் எல்லோருக்கும் உண்டு. பெரிய மனுஷியான பிறகு, ஏக நிபந்தனைகளோடு அத்தைகள், மாமாக்கள் வீடுகளுக்கு முதன்முதலாய் தாவணி அணிந்து கொண்டு நெஞ்சு படபடக்கப் போய், ஏதேதோ பேசித் திரும்பிய கணங்களின் நகல் எப்போதும் அழியாதது இல்லையா? எந்தப் பெரிய இலட்சியவாதங்களும், கனவுகளும் இல்லாமல் தினமும் டைப் ரைட்டிங் வகுப்பிற்குப் போய்த் திரும்பிய நாட்கள் இன்னமும் அதன் இறக்கைகளோடு பத்திரமாய் மனதின் மூலையில் ஒளிந்திருக்கின்றன. ஒரே மாதிரி பாவாடையும் சட்டையும் அணிந்து, மேட்சாய் தாவணி அணிந்து வெறுமனே வீட்டில் வளைய வருவதே பேரார்வமாய் இருக்கும். வேலிப்படல் நிழலில் மாங்குமாங்கு எனப் பெரிய ஆட்டுரலில் மாவு ஆட்டும் நேரமெல்லாம் சிரிக்கச் சிரிக்கப் பேசித் தீர்த்த கதைகள் இன்னும் கிராமத்துப் பாட்டி வீட்டுக் கொல்லையில் பூத்திருக்கின்றன. அப்போதெல்லாம் கிராமங்களில் திருவிழாக்கள் வெகு விமரிசையாகி ஒரு வாரம் நடக்கும்.

வெளியூரிலிருந்து பெரிய டிராமா கோஷ்டிகள் வந்து, அங்கேயே தங்கியிருந்து, பயிற்சி எடுத்து, விழா நாளில் நாடகம், இசைக்கச்சேரி என நடத்துவார்கள். பெரும் அதிசயத்தோடு ஆணும் பெண்ணும் மேக்கப் போடுவதையும், தொட்டுப்பேசி டயலாக் பேசுவதையும் கண் கொட்டாமல் பார்த்திருந்த கண்களில் பெரும்பான்மை பெண்களுக்கேயானவை. திருவிழா முடிந்து பெரிய வேன்களில் மொத்த கும்பலும் ஊரைக் காலி செய்து கொண்டு போனபிறகு, யாருமறியாமல் கண்களைத் துடைத்து மௌனமாய் வேடிக்கை பார்த்துக் கொண்டு நின்றிருந்த பெண்களின் பிம்பம், எப்போதைக்கும் அழியாத ஓவியம்.

அத்தை பையனா, மாமன் மகனா, அண்ணனா, தம்பியா என உறவின் வகை தெரியாமல், தன்னை விழுந்து விழுந்து கவனித்துக் கொண்ட, மீசை கூட அரும்பாத ஒரு இளம் ஆணின் முகம் எல்லாப் பெண்களின் மனதிலும் அழியாமல் இருக்கிறது. அவர்கள் காட்டுக் கொல்லையில் தேடித் தேடிச் சேகரித்து வந்த தாழம்பூ மடல்கள் வைத்துத் தைத்த ஜடையின் புகைப்படங்கள் இன்னமும் நம் அலமாரிகளில் தூங்குகின்றன. பால்யத்தின் பிரியங்களை, நட்பை இனி பார்க்கவே முடியாது என காலம் நம் கரங்களைப் பற்றி பலவந்தமாக இழுத்து வந்து, வேறு திசையில் விட்டு விட்டாலும், மருதாணி பறித்து அரைத்து நம் விரல்களில் குப்பி, குப்பியாய் வைத்த ஒரு அப்பழுக்கற்ற பிரியத்தின் மணம் இன்னமும் நம் நாசிகளில் நிறைந்துள்ளது தானே? ஆண்களின் கடந்த காலப், பிரியங்களை அப்படியே புரிந்து கொள்ளும் பெண் மனதைப் போல, பெண்ணின் பிரியங்களைப் புரிந்து கொள்ளும் ஆண் மனம் என ஒன்று இங்கு உள்ளதா? பிரியத்தின் பேரழகோடு

ஒளிரும் அப்படியொரு முகத்தைத்தான் ஒரு பெண் தன் வாழ்நாள் முழுவதும் தேடிக் கொண்டே இருக்கிறாள். கடைசிவரை அவள் கண்டடைய முடியாத மாய முகம் அது. எல்லாப் பிரியங்களையும், ஏக்கங்களையும் சுமந்து கொண்டுதான் ஒரு பெண் திருமண வாழ்வில் நுழைகிறாள், ஆனால் நிஜம் வேறுதானே நண்பர்களே! குடியும், சந்தேகமும் சீரழிக்காத வாழ்வென்பது இங்கு பெண்களுக்கு அருளப்பட்டிருக்கிறதா? அதிகாரமும், கௌரவமும் பாழாக்கிய காதல்கள் எத்தனை எத்தனை?

இங்கே பல பெண்களின் வாழ்வு உறங்காப் பெருங்காடு. உள்ளே நுழைந்தால் திரும்பவே முடியாத ஒரு வழிப் பயணம். தாய்வழிச் சமூகமாக நிலைபெற்றிருந்த காலத்திலிருந்தே, ஒரு முழு வாழ்வை தன்னுடைய நுண் உணர்வால் முழுமையாகக் கட்டமைக்கும் பெரும் புத்திசாலித்தனம் அவளுள் உறைந்து கிடக்கிறது. ஆனால், தன் நிலை அழிந்து சில்லரைகளுக்குப் பரிதவிக்கும் யானையைப் போல, வெற்று உணர்வுகளெனும் சங்கிலியால் சிறைப் பிடிக்கப்பட்டிருக்கிறாள். அவளின் பெருங்கருணையும் சகிப்புத்தன்மையும் ஆழம் காண முடியாதபடி வேரோடிப் போய் இருக்கிறது.

சந்தியாவுக்குத் திருமணம் ஆகி, பதினெட்டு வருடங்கள் போய் விட்டன. இத்தனை நாட்களில் அவள் சந்தோஷமாய் இருந்தது நாலைந்து வருடங்கள் மட்டுமே. தினமும் குடியும், சந்தேகமும், அடியும் உதையுமாய்க் கழிந்த நாட்களின் கசப்பு தாளாமல் ஒருநாள் பெருங்கோபத்தில் கையில் கிடைத்ததையெல்லாம் எடுத்துக் கணவனை அடித்து நொறுக்கி விட்டாள். களேபரங்கள்

எல்லூம் முடிந்த பின் வீங்கிய கண்களுடன், மெல்லிய குரலில் என்னிடம் கேட்டாள், ''ஏங்க்கா, புருஷனை அடிச்சா ஒன்னும் பாவம் புடிக்காதில்ல? வலி தாங்காமத்தானே திருப்பி அடிச்சேன், அதொண்ணும் தப்பில்ல தானே?'' நான் பதில் சொல்லவில்லை. ''மூன்று வேளை சாப்பாடு கூட இல்லாத சிரமத்திலிருந்து யார் யார் கையிலோ காலிலோ விழுந்து மெதுவாய்ப் படித்துச் சில ஆயிரங்களைச் சம்பாதிக்கற திமிரு'' என ஒரே அடியில் சுருள வைத்து விடுகிறான் தகப்பன். பெண்ணின் காதலைச் சகியாத குரூர மனமொன்று எல்லா ஆண்களிடத்திலும் வெவ்வேறு வடிவங்களில் ஒளிந்து கிடக்கிறது. ஒரு வார்த்தைக்குள் ஒடுங்கிப் போய்விடும் பெண்ணின் குணம் காலங்கள் கடந்தும் மாறாமல் இருக்கிறது. 'என்னைத் தப்பா நினைச்சுட்டாங்க' என காலமெல்லாம் அவளைப் புலம்ப வைக்கிறது. தன்னுடைய இயல்பான அக எழுச்சி, தன் வாழ்வு குறித்த தீவிரம், தன்னைச் சுற்றியுள்ள சமூகம் ஆகியவற்றிற்கிடையே சிக்கி அலைவுற்று, பெரும் மனத் தத்தளிப்பிற்கு ஆளாக வேண்டியிருக்கிறது.

ஜோதிகா அற்புதமான வாசிப்பாளர். எப்போதும் எதையாவது படித்துக் கொண்டே இருப்பாள். படிப்பிலும் படு சுட்டி, அண்ணன்களின் அதிகாரத்தின் கீழ் வளர்பவள். பனிரெண்டாம் வகுப்பில் எண்பது சதவிகிதத்திற்கு மேல் மார்க் வாங்கியபோதும், மேற்கொண்டு படிப்பைத் தொடர அவளை அனுமதிக்கவே இல்லை! காரணம், வெகு சாதாரணம் 'பொம்பளைப் புள்ளைக்கு எதுக்கு படிப்பு? வேணாம்' போராடிப் பார்த்துத் தோற்றுப் போய், கண்ணீரை அடக்கிக் கொண்டு, தொண்டை நரம்புகள் புடைக்க நீர் நிரம்பிய கண்களோடு, ''ஸ்வர பேதங்கள்'' புத்தகம் மட்டும்

கொடுங்க, போதும் போய்ட்டு வரேன் என்று திரும்பிப் பார்க்காமல் நடந்த கடைசி நிமிடங்களின் கணங்கள் இன்னும் என் நெஞ்சில் நின்று எரிந்து கொண்டே இருக்கின்றன. ஒவ்வொரு வருடத் தேர்வு முடிவுகளின் போதும் தவறாமல் சொல்லப்படும் வாசகம், இந்த வருடமும் ஆண்களை விடப் பெண்குழந்தைகளே அதிக சதவிகிதத்தில் பாஸ் செய்துள்ளார்கள் என்பது. நாம் கவனிக்க மறக்கும் விஷயம், அதில் சொற்பமான பெண் குழந்தைகளே மேற்படிப்புக்குப் போகின்றனர். படித்து முடித்து வேலைக்குப் போகும் பெண்கள் மிகச் சொற்பம்.

''அழகும், திடமும், அத்தனையும் உதிர்ந்துவிட்ட பிறகு, மரணத்தின் நிழல் படிந்த அந்திமத்தின் தெருவில், மனம் எங்கும் கனக்கும் ரகசியங்களோடு எத்தனை எத்தனை பெண்கள் செத்துப்போகக் காத்திருக்கின்றார்கள்' என்கிற ராஜூ முருகனின் வரிகள், நித்தமும் ஏதோ ஒரு பெண்ணின் இதயத்தை நினைவூட்டிக் கொண்டே இருக்கிறது.

கனவுக்கும், யதார்த்தத்துக்கும் நடுவில் அனுதினமும் அலைந்து திரியும் ஆயிரமாயிரம் பெண்கள் இங்கு உண்டு. பாதியில் அணைந்து கருகிய பெண்களின் வாழ்க்கையை நினைத்தால் மனம் எங்கெங்கோ அலைகிறது. வாழ்வின் மாயங்களுக்குப் பதில் தேடி, வருடம் முழுவதும், பதிலற்ற கோவில் பிரகாரங்களில் கூட்டமாய் அமர்ந்திருக்கிறார்கள். வெளிச்சம் விழுந்து கிடக்கும் கோவில் தாழ்வாரங்களில், முன் நெற்றியில் விழும் முடியைப் பின் தள்ளியபடியே கோலம் போட்டுக் கொண்டிருக்கிறார்கள். மொளப்பாரி எடுத்தேன். உங்களுக்காக வேண்டிக்கிட்டேன். இந்தாங்க பிரசாதம் என்று

பிரியத்தின் பிசுபிசுப்பை உள்ளங்கைகளில் திணித்து விட்டுச் சிரிக்கிறார்கள். பத்து ரூபாய் ஸ்டிக்கர் பொட்டைத் தூக்கிப் போட மனமில்லாமல், திரும்பத் திரும்ப ஒட்டி வைத்துக் கொள்கிறார்கள்!

ஷைலஜாவின் சஹிதா நாவலைப் படித்தபோது பிரமிப்பாயிருந்தது. நிபந்தனையற்ற ஒரு அன்பின் குரலை மிக அழுத்தமாகப் பதிவு செய்திருப்பார். அடைமழையின் குளிர்போல, நிறைவான, பாதுகாப்பான குடும்ப வாழ்வை எந்தப் புகாரும் இல்லாமல் ஒரு பெண், சஹிதா உதறி எறிந்து வெளியேறுவதுதான் நாவலின் கரு. வாழ்நாளில் ஒரு நாளிலேனும் இந்த எண்ணம் தீண்டிச் செல்லாத வாழ்வொன்றை எந்தப் பெண்ணாவது வாழ்ந்திருக்கிறாளா? வீடு துறந்து வெளியேறி, சமூகத்திற்கான மனுஷியாய் வாழும் சஹிதாவின் கனவை நிறைவேற்றித் தருவதே அவள் கணவன் நாசிம்தான். மனித மேன்மைகளல் நிறைந்த ஆணாகிய நாசிம், அடர்ந்த இருளின் தனிமையில், எங்கிருந்தோ கசியும், கண்களுக்குப் புலப்படாத புல்லாங்குழலின் இசைக்கு ஒப்பானவன். தன் மனைவியை முழுமையாகப் புரிந்து கொண்டிருக்கும் நாசிம் போன்ற ஆண்களைத் தேடுவதென்பது, எல்லையற்ற வெளியில் தொலைவில் தெரியும் தொடுவானம் நோக்கி ஓடும் ஒரு பெரும் பயணம்.

தலைமுறைகள் மாற மாற நம் பார்வைகளும் மனமும் கொஞ்சமாய் மாறத்தான் செய்கிறது. மாற்றத்தின் சாட்சிகளாய்ப் பலரை நினைத்துக் கொள்ள முடிகிறது. கடந்து போன தாயின் காதலைப் புன்னகையோடும், சிரிப்போடும் கடக்கும் மகன்,

அந்தத் தாய்க்கு எத்தனை ஒரு அற்புதன். ப்ளஸ் டூ முடித்த கையோடு, தான் வேலைக்குப் போய், தன் தங்கையை டிகிரி படிக்க வைக்கும் அண்ணனை நான் அறிவேன். மகளின் படிப்புக்காக, தன் மொத்த நிலத்தையும் அடமானம் வைக்கிறார், ஒரு விவசாயத் தந்தை. ''அவ படிச்சாப் போதுங்க'' என்கிறார் எந்த வருத்தமும் இல்லாமல்.

டீச்சராகியே தீர வேண்டும் என்கிற பெருங்கனவை, திருமணத்திற்குப் பின்னரும் சுமந்து, சோர்ந்து போகாமல் படிக்கும் தன் காதல் மனைவிக்காய், வீட்டுப் பொறுப்புகள் அனைத்தையும் தனியொருவனாகச் சுமக்கும் பிரகாஷ் எப்போதுமே ஆச்சரியப்படுத்துகிறான். ஆண் பெண் பாகுபாடு, தலைமுறைகள் தாண்டத் தாண்டத்தான் கரையக் கூடும்.

பொண்ணுங்களுக்கு என்னதாம்ப்பா வேணும் என்கிற ஆதி காலம் தொட்டுத் தொடர்கின்ற வினாவின் பதில், மிக எளிமையானது! தன்னை முழுமையாகப் புரிந்து கொள்கிற ஒரு இதயம்தான் எப்போதைக்குமான பெண்ணின் தேடல்!

நதியின் பாதையில் தோன்றும் தடையால், நதி தேங்கி நின்று விடுவதில்லை, மாறாக, நின்று உயர்ந்து, பின் வழிந்து தடையைத் தாண்டி ஓடத்தான் செய்யும். அது போலத்தான் பெண்ணின் தேடல் நிறைந்த அகவாழ்வும், எதையும் தாண்டிப் போய்க் கொண்டேதான் இருக்க வேண்டும். அதுவே அவளின் இயல்பும் கூட

''ஏன் இப்படி இருக்கீங்க?'' என்று கண்ணீர் உடைகிற எந்த ஒரு பெண்ணின் கேள்வியையும் சந்திக்காமல் இருக்கட்டும் ஒரு

ஆணின் வாழ்வு. ஏனெனில் கிழிந்த சட்டையில் எம்ப்ராய்டரி ரோஜாவை மலர விடும் ஒரு அற்புதப் பெண்ணின் கரங்கள் இங்கே ஒவ்வொரு ஆணுக்கும் அவசியம்தானே. அந்தப் பெண்கள்தான், அந்த ஆண்களின் அப்பழுக்கற்ற பிராயத்தின் பேரழகிகள்.

ஒரே நாளில் புரட்டிப் போட்டுக் கடந்து போகிற இந்த வாழ்க்கையில், நாம படிக்கணும், தனியா நடக்கப் பழகணும், யாரும் எப்பவும் நம்ம கூட வரப் போறது இல்ல. எதையும் நாமதான் தேடிக் கண்டடையணும் என்கிற சிந்தனைச் சிறகு கொண்ட பெண்ணின் மனதுதான், அவளைத் தொடர்ந்து வருகிற அடுத்த தலைமுறைப் பெண்ணிற்கான பெரு வெளிச்சம். தன்னைத் தான் தெளிதலே அறிவு.

பச்சையும் சிவப்புமாய் ஒரு பாதாம் மரம்

அரை நூற்றாண்டுக் காலம் வாழ்ந்து முடித்தாகி விட்டது. நீண்ட தொலைவு கடந்து வந்த இந்த வாழ்க்கையைத் திரும்பிப் பார்க்க சில நேரங்களில் மட்டுமே வாய்க்கிறது. இந்தப் புத்தகத்தை எழுதத் துவங்கியபோது, எங்கிருந்து துவங்குவது, எதையெல்லாம் எழுதுவது எனக் குழப்பமாய் இருந்தது. எதுவுமற்ற ஒரு மனச் சமநிலையில், தாழ்வாரத்தில் நடந்து வரும்போது ஒன்றை உணர முடிந்தது. நூற்றுக்கணக்கான இதயங்கள், ஆயிரமாயிரம் விழிகள், கசியும் புன்னகைகள், ஆறுதல் வார்த்தைகள், பற்றிக் கொள்ளும் கரங்கள், உதிரும் ஒற்றைச் சொல்லைக் கூடக் கேட்கத் தயாராகவே இருக்கும் காதுகள் என இந்த வாழ்வு விரிந்து கொண்டே செல்கிறது. வாழ்வின் அனைத்து வெற்றிடங்களையும் இட்டு நிறைத்துக் கொண்டே இருக்கிறது. அளவற்ற பிரியத்தின் பல்வேறு முகங்கள், வாழ்வெனும் பெரும் பயணத்தின் தீராத வடுக்களைக் கூடப் பொங்கிப் பிரவகித்து நனைத்துப் போகிறது நட்பெனும் பெருஞ்சிறகு.

ஆனாலும் எல்லாவற்றிலிருந்தும் விட்டு விலகி நிற்கவே, சதா ஒரு ஈர அலை என் மனதில் அடித்துக் கொண்டே இருக்கிறது. ஒரு பூ உதிர்வதைப் போல உதிர்ந்து போய்விட மாட்டோமா என்பதைத் தவிர வேறெந்தப் பிரார்த்தனையும் என்னிடம் இல்லை. ஆனாலும், இந்த வாழ்வெனும் பெரு நதியில் பிரியமெனும் கூடைப் பூக்களைக் கொட்டிக் கொண்டே தான் செல்கிறார்கள், எனக்கான மனிதர்களும், என் பிரியத்தின் பிள்ளைகளும். ''ஹெல்த்த பாத்துக்கோங்க'' என பலநூறு மைல் கடந்து வரும் ஒரு உயிரின் குரல், ஒரு விடியலை அழகாக்குகிறது. 'மிஸ் யூ' என ஒளிரும் ஒரு குறுஞ்செய்தியைச் சுமந்து வரும் இதயம் அந்த இரவை அர்த்தப்படுத்துகிறது. வாழ்வின் ஒவ்வொரு தினமும் காற்றின் மேலேறிக் கடந்து போய்க் கொண்டிருந்தாலும், எனக்கே எனக்கான தினங்களில் விடிய விடிய அடித்துப் பெய்கிறது எனக்கான அன்பின் பெருமழை. சிறகுகள் வலிக்க வலிக்கப் பறந்து கொண்டே இருக்கும் இந்தப் பறவையின் மனதிற்கு, வாழ்வின் மீதான தீராத நம்பிக்கையைப் பரிசளிக்கும் இதயங்களை மீண்டும் மீண்டும் நினைத்துப் பார்த்து, என் சுவாசத்தை நிரப்பிக் கொள்கிறேன். அன்பென்பது ஒரு இனிய அவஸ்தை. ஐம்பது வருடங்கள் வாழ்ந்து முடித்த பின்னர்தான் புரிகிறது. இலக்குகள், லட்சிய வாதங்கள், அரசியல், பண வேட்கை, என எந்த இலக்கும் இல்லாமல், சந்தோஷமாகவும், நிம்மதியாகவும் நதி மேலொரு இலை வழிப் பயணமாய்ப் போக மட்டுமே என்னை இந்த வாழ்வு ஆசீர்வதித்திருக்கிறது.

யார் யாருக்கோவான பிராத்தனைகள் என்னிடம் நிரம்பி வழிகிறது ''இன்னிக்கு உங்களுக்காக வேண்டிகிட்டேன்''

என்கிற எனக்கான வேண்டுதல்களைச் சுமந்து திரியும் மனிதர்களே என் ஜீவிதத்தின் அழகெனத் தோன்றுகிறது. ஒவ்வொரு பிரியத்தின் பிரார்த்தனையையும் வாழ்வெனும் வெற்று நாரின் பூக்களாய்த் தொகுத்து வைத்துக் கொள்கிறேன். ராஜூ முருகன் எழுதுவார். ''திருவிழாக் கடைத் தெருவில் முதல் ஆளாக வந்து, படுதா விரித்து, பத்து ரூபாய் சாமான்களைக் குவித்து வைத்துத் தூசு துடைப்பவன் மாதிரி, இந்த மனம் தினமும் ஏராளமான முகங்களைத் துடைத்துத் துடைத்துப் பார்க்கிறது'' என. ஆமாம், நானும் துடைத்துத் துடைத்துப் பார்த்துக் கொண்டே இருக்கிறேன், ஒவ்வொரு முகத்தையும், அதன் பின்னுள்ள எனக்கான இடத்தையும்.

கருக்கலில் பூமியை முத்தமிடும் முதல் ஒளி, இருளையும், விடியலையும் பிரித்து அறியத் தருவது போல, ஏதேதோ எழுத்தும், வாசிப்பும், மனிதர்களும்தான் என்னை எனக்கு அடையாளம் காட்டித் தந்திருக்கின்றன. என் முப்பது வருட ஆசிரிய வாழ்வுக்குப் பின், ஐம்பது வருடப் பெண் வாழ்வுக்குப் பின் ஒரு எழுத்து ஒரு சிந்தனை, ஒரு வெளிச்சம் இருந்திருக்கிறது. ஒவ்வொரு எழுத்தின் வாசனைக்குப் பின்னும், ஒரு முகம் எழுந்து என நினைவுகளோடு கைகோத்து நிற்கிறது.

எல்லோருக்கும் நிகழ்வது போலவே ஆசிரியராக வேண்டும் என்கிற என் கனவை வடிவமைத்துக் கையில் தந்தவர்கள் என் அப்பாவும் அம்மாவும்தான், அப்பா, பெரியாரின் கருத்துக்களில் ஆழ்ந்த திடமான நம்பிக்கை உடையவராய் இருந்ததாலேயே, வெற்று நம்பிக்கைகளின் அடிப்படையில் இல்லாமல், அறிவுச் செயல்பாடுகள் மூலம், சிந்தனைகளின் செறிவு மூலம் வாழ்வை

வடிவமைக்கக் கற்றுத் தந்தவர். அழகு, நகை, சமூக அந்தஸ்து ஆகியவற்றை மட்டுமே முன்னிறுத்தும் பெண்ணின் சமூக மதிப்பீடுகளை மிக இயல்பாக எங்களைக் கடக்க வைத்தவர். வாசிப்பின் முதல் புள்ளி, எங்கள் அம்மாவின் ஆள்காட்டி விரலிலிருந்து துவங்கியது. வாசிப்பு மலர வைக்காத நாள் என்று எதுவுமே இன்று வரை இல்லை. ஆசிரியப் பணியின் துவக்க காலங்களில் கானகத்தில் தன் அழகுத் தோகையை விரித்தாடிய மயிலைக் கண்டு தானும் தன்னுடைய எளிய சிறகை விரித்து ஆட முற்பட்ட வான்கோழியைப் பார்த்து நகைத்திருந்தேன்தான். வான்கோழியின் சிறகைச் சிறுமையென நினைத்திருந்தேன்தான். ஒப்பீடு என்கிற கசப்பை அகற்றி, அதனதை அதனதன் அழகோடு பொருத்திப் பார்க்கும் விசாலமான மனதை அருளியது பிரபஞ்சனின் எழுத்துக்கள்தான். கானகத்தில் ஆடும் மயிலையும், வீடுகளில், சிறு புதர்களில் வாழும் வான்கோழியையும் ஒப்பிட வேண்டிய அவசியம் என்ன என்று என் மனதில் அதிர்வுகளை ஏற்படுத்தியவர் அவர்தான். சிறுவயதில், சுடலை மாட சாமி கோயிலில், நீட்டிய நாக்கும், உருட்டிய விழிகளுமாய் கோவில் பூசாரி சாமியாடியபோது எழுந்த திகில் உருவம், தொ.ப. வின் நாட்டார் கோயில்களைப் பற்றி வாசிக்கும் போது மறு உருக்கொண்டு எழுந்து வந்தது. கடந்து போன காதலையும், பிரியத்தையும் ஒரு சிறு புன்னகையில் ஊடுருவாக்கம் செய்யச் சில எழுத்துகளால் மட்டுமே முடிகிறது இல்லையா? அதிகாரத்தின் கசப்பை அகற்றி ஒரு மாணவரை, அவனுடைய சுயமரியாதையை மீட்டு எடுக்க வேண்டிய அவசியத்தை எத்தனையோ எழுத்துகள் எனக்குப்

புரிய வைத்திருக்கின்றன. "அரசியலும், அதிகாரமும், தனிமனிதப் பேராசையும் மலிந்துவிட்ட இந்தச் சமூகத்தில், நம்மை மீட்டெடுப்பது, காலமும், பிரியம் மாறாத சக மனிதர்களும் தான். நம்மை நாம் தான் வழிநடத்த வேண்டும்" என்கிற பவா செல்லதுரையின் வார்த்தைகளில் மலராத வெளிச்சம் என ஏதேனும் உள்ளதா? இயலாமையும், கோபமும், கையறு நிலையும் தரும் நேர்மையான குற்ற உணர்விலிருந்து மீண்டு வர ஏதோ ஒரு நொடிப்பொழுது, ஒரு சொல், ஒரு பிரியம், ஒரு நட்பு, ஒரு வாசிப்பு தேவையாய் இருக்கிறது எப்போதும் எல்லோருக்கும். நம் கனவுகளை நித்தமும் புதுப்பித்துத் தரும் வாசிப்பைத் தொலைத்த வாழ்வில் மீட்பென்பது ஏது? ஒரு மனிதனின் அகத்திறப்பை வாசிப்பு மட்டுமே தர முடியும், இல்லையா? ஒரு எழுத்து, அதன் நேர்மை, ஒருவனது ஆத்ம சுத்தியை நோக்கி அவனைத் திரும்ப வைக்கிறது. "இதுவும் கடந்து போகும்" - என் வாழ்நாட்களில் நான் அதிகம் நினைத்துக் கொண்ட வரிகள், இனி என்ன செய்யப் போகிறோம் என குலைத்துப் போட்ட மரணமும், பிரிவும் கூட நம்மைக் கடந்து போய், புதுப்புது உலகத்தை அருளிக் கொண்டேதான் இருக்கிறது, காலத்தின் தீராத நாட்கள்.

என் அம்மா தீவிர வாசிப்பாளர், எல்லோரையும் போல சிவகாமியின் சபதத்தில் துவங்கியது அவரது வாசிப்புலகம். பின்னர் பொன்னியின் செல்வனில் தீவிரமடைந்து, அப்படியே வேறு பல திசைகளில் சென்று பின் ஜெயகாந்தனின் ஹென்றியின் மேல் நிலை கொண்டார்.

வத்தியதேவனின் குதிரையேறி பிரபஞ்சன், எஸ்ரா,

ஜெயமோகன் என எல்லா எழுத்துகளையும் வலம் வந்தார். 'சிறிது வெளிச்சம்' எழுதிய எஸ்ராவின் கரங்களை ஒருமுறையேனும் பற்றிக்கொள்ள வேண்டும் என ஆசைப்பட்டார். சோற்றுக் கணக்கில் அனைவரும் கெத்தேல் சாகிபில் உருகியிருக்க, சரியாக விளம்பத் தெரியாத ஒரு கஷ்ட ஜீவன் அம்மாவின் இடத்தில் தன்னைப் பொருத்திக் கண்ணீர் சிந்தினார். பிரபஞ்சனின் 'பெண்'ணை அவ்வளவு நேசித்தார். அப்பா அகாலத்தில் இறந்த பிறகான பத்து வருட வாழ்க்கையை வாசிப்பிலும் இசையிலுமே கரைத்துக் கொண்டார். நோய்மையுற்றுப் படுக்கையில் விழுந்த பின்னர், வாசிக்க முடியாமல் போனபோது, எங்களை வாசிக்க சொல்லிக் கேட்டுக் கொண்டிருந்தார். தன்னுடைய துக்கம், சந்தோஷம், ஏக்கம் என எல்லா உணர்வுகளையும் இசையால், பலப் பல மெட்டுகளால் மீட்டுக் கொண்டார். தனக்கு மட்டுமேயான பாடல்கள், தனக்கும் தன் கணவருக்குமான பாடல்கள், தன் குழந்தைகளுக்கான பாடல்கள் என வேறு வேறு வண்ணங்களில் தன் வாழ்வை இசையால் ஓவியமாக்கி வைத்திருந்தார். ஆளற்ற பகல் பொழுதின் தனிமைகளில், பின்னிரவுகளில், மழை நேரங்களில் எல்லையில்லாத ஆத்மார்த்தம் ததும்பிய மனநிலையில் இசையில் சஞ்சரித்துக் கொண்டிருந்தார். மரணத்தின் கடைசி நொடிகளில் கூட, தலைமாட்டில் வைத்திருந்த டிரான்சிஸ்டரிலிருந்து உருகி வழிந்து கொண்டிருந்த இசையின் சுகத்தை மட்டுமே சுவாசித்துக் கொண்டிருந்தார்.

யோசித்துப் பார்த்தால், அம்மா தன் நினைவுகளென எங்களுக்குத் தந்து விட்டுப் போனது சில புத்தகங்களும், நிறைய

இசையும்தான். விரும்பிக் கேட்டவள் சிறுகதையை வாசிக்கும் போதெல்லாம் அம்மாவின் நினைவு வந்து கண்கள் நிரம்பி விடுகிறது. சமூகம் தரும் அறிவு முகமூடிகளைக் கழற்ற நல்ல எழுத்தும், இசையும் தானே துணை நிற்கிறது?

வீட்டிற்கு அருகில் பாதாம் மரம் ஒன்று வீதியோரத்தில் நின்று கொண்டிருக்கிறது. பெரிதாக எவர் பார்வையும் படாத இடத்தில் ஒதுங்கி வாழும் ஒரு உயிர். சின்னஞ்சிறு செடியாக நாலைந்து தளிர் இலைகளோடு காற்றில் அசைந்தாடிக் கொண்டிருக்கும்போது, அது ஒரு மரத்தின் அடையாளத்தைச் சுமந்து கொண்டிருக்கவில்லை. வானில் விரைந்து செல்லும் மேகங்களின் ஓட்டத்தைப் போல மழைக்காலமும், வேனிற்காலமும் கோடையும் கால ஓட்டத்தில் ஓடிப்போக, இன்று சற்றுப் பெரிய மரமாய் அகலமான இலைகளோடு நிழல் பரப்பி நிற்கிறது. கண்ணெதிரே ஒரு உயிரின் விஸ்வரூபம் அதிசயமாய் இருக்கிறது. வெயில் உக்கிரமான மதியப் பொழுதுகளில் தெரு நாய்கள் சுகமாய்ப் படுத்து உறங்கிக் கொண்டிருக்கின்றன. இரு சக்கர வாகனங்களில் ஒலிபெருக்கியின் உதவியுடன் பழங்கள், காய்களை விற்பனை செய்து கொண்டு போகும் சிறு வியாபாரிகள் அந்த நிழலில் சற்று நேரம் இளைப்பாறிக் கொள்கிறார்கள். எப்போதும் சில உயிர்கள் அந்த நிழலில் ஆசுவாசம் அடைந்து கொண்டிருக்கின்றன. ஒரு மழைக்காலம் முடிந்து, குளிர் காலத் துவக்கத்தில், பச்சையும், சிவப்புமாய் மரம் முழுக்க வண்ண வண்ண இலைகள் நிரம்பியிருந்தன. வாலிப வயதில் சில பச்சை இலைகளும், கம்பீரமான முதுமையை நோக்கிச் சில அடர் வண்ணச் சிவப்பு

இலைகளும் அந்த மரத்தை முழுமையாய் நிறைந்திருந்தன. பழுப்பு இலைகள் முற்றி, கனிந்து, சிறு தென்றலுக்குத் தங்கள் கிளைகளைப் பிரித்து, மெதுமெதுவாய்க் காற்றில் அசைந்தாடிக் கொண்டு மண் சேர்வதை எப்போதும் ஒரு நீண்ட பார்வையுடன் பார்த்திருக்கிறேன்.

அந்த மரம் சொல்லாத எளிய வாழ்வியல் செய்தி ஏதேனும் உண்டா? பெற்ற கருணையை, காட்டிய பிரியத்தை, விலகி கண்மை சேர்ந்த கண்ணீரைத் துடைக்க நீண்ட கரங்களை அப்படியே வார்த்தைகளில் வடித்து விட முடியுமா? நிகழ்காலத்தின் கணங்களில் வாழ்பவர்கள் எவ்வளவு அற்புதமானவர்கள் இல்லையா? எதைக் குறித்தேனும் சிறு கர்வம், பெருமை நமக்குத் தோன்றுமேயானால், ஆரஞ்சும் சிவப்புமாய் விரிந்திருக்கிற, நீலப் பின்னணியில் வெண் மேகங்கள் மிதக்கிற ஆகாய விரிவு நம்மைப் பார்த்து நகைக்கிறது. இயற்கையை விடப் பெரும் தெய்வம் என ஒன்று உள்ளதா? காலத்தை விடப் பெரிய ஆசான் யாரேனும் உண்டா?

நேர்க்கோட்டில் நத்தையின் பாதையென நீளும் வாழ்வில் கற்றுக் கொள்ள என்ன இருக்கிறது? வளைவுகளும், திருப்பங்களும் தான் வாழ்வை வடிவமாக்குகின்றன. ஒரு துரோகத்தின் முடிவில்தான் துணிவு உருக்கொள்கிறது. நம்பிக்கை தான் பிரியமாய் மலர்கிறது. ஒரு காதலின் முடிவுதான், சக உயிர்களைப் பெரும் கருணையோடு பார்க்க வைக்கிறது. வெயில் எரிக்கும் பொழுதுகளில், சாலையோரம் மீந்திருக்கும் சிறு நிழல்தான் தூரல்கள் தீர்ந்த பின்பும், ஈரப்பதம் இருக்கிறது என்பதைச் சொல்லிச் செல்கிறது. ''பாதை ஒன்று

கிடைத்திருக்கிறது, வெகு தூரம் நடக்க நீயும் வேண்டும்'' என்கிற நித்திலனின் கவிதை அத்தனைக்குப் பிறகும், நம் முன் சிரித்துக் கொண்டிருக்கிறது. ஆள் அரவமில்லாத தார்ச்சாலையில், கேட்பாரில்லாமல் அமர்ந்திருக்கும் சாலையோரச் சிறு தெய்வத்திற்கு, வருடத்திற்கொருமுறை படையலிட்டுப் பொங்கல் வைத்து சாமி கும்பிடும் எளிய மனதொன்று வாய்த்து விட்டால் போதுமெனத் தோன்றுகிறது.

ஒருமுறை பொள்ளாச்சி போய்த் திரும்பும் வழியில் காற்றாலை ஒன்றின் கீழ், கலையும் கேசத்தை ஒதுக்கிக் கொண்டு, புடவை பறக்க நின்று கொண்டிருந்த பெண்ணின் சித்திரம் ஒன்று நெஞ்சில் நீங்கா ஓவியமாய் நிலைத்திருக்கிறது. எதற்குத் தவிப்பாக உணர்கிறோம் என்பது தெரியாதது போலவே, மனம் லேசாகி மிதப்பதும் ஏதோ ஒரு கணத்தில் நிகழ்கிறது. பார்த்துப் பார்த்து வேர்களுக்குத் தண்ணீர் ஊற்றினாலும், அர்த்த ராத்திரியில் பெய்த மழையில், மறுநாள் காலை துளிர்ப் பச்சை இலையொன்றில் மிளிரும் சிறு புன்னகை அன்று முழுவதும் நெஞ்சில் அசைந்தாடிக் கொண்டிருப்பது எதனால்? ‘வீசிப் போன புயலில் என் வேர்கள் சாயவில்லை, ஒரு பட்டாம்பூச்சி மோத, அது பட்டென்று சாய்ந்ததடி’ என்று உருகி ஓடும் ஹரிஷ் ராகவேந்திராவின் குரலுக்குச் சட்டென்று மனம் பூப்பூப்பது எந்தப் புள்ளியில்? இதற்கெல்லாம் காரணம் தேடிக் கண்டடைந்து விட முடியுமா நம்மால்? அவரவர் புன்னகையும், அழுகையும்தான் அவரவர் முகம். இசை உணர்த்தும் நெகிழ்வுக்கு, வாசிப்பு தரும் மகத்துவத்திற்கு, இயற்கை தரும் மனவிரிவுக்கு என ஒரு வண்ணம் இருக்கிறது. நம்மால் கண்டறிய முடியாத கணங்களின்

மேல்தான் நாம் எப்போதும் வாழ்ந்து கொண்டிருக்கிறோம் என எப்போதும் நினைத்துக் கொள்கிறேன்.

"இயற்கையெனும் பேராற்றலே! என்னால் மாற்ற முடிந்த விஷயங்களை மாற்றும் சக்தியையும், மாற்ற முடியாத விஷயங்களை ஏற்றுக் கொள்ளும் பக்குவத்தையும், மாற்ற முடிவது எது, மாற்ற முடியாதது எது என அறிந்து கொள்ளும் அறிவையும் தந்தருள்வாயாக" என்கிற பிரார்த்தனையும் எப்போதும் பெரு வெளிச்சமாய் என் நெஞ்சை நிறைக்கிறது.

பெரு வாழ்க்கை என்பது ஒருவரின் கரங்களைப் பற்றி இன்னொருவர் மீண்டெழுவதுதான். ஆனால் யாரின் கரங்கள் யாருக்கு எப்போது தேவைப்படும் என்பதுதான் காலத்தின் மாய விளையாட்டு. நீட்டப்படும் கரங்களில் பரிவும், பற்றிக் கொள்ளும் கரங்களில் துணிவும் மட்டுமே போதும்.

அரவிந்த் கண் மருத்துவமனையில் "கண்ணைத் தொரக்காதீங்க! அரை மணி நேரம் ஆகும். அமைதியா உக்காந்துக்கோங்க" எனச் சொல்லிவிட்டு கண்ணுக்கு மருந்து போட்டு விட்டு நர்ஸ் எப்போது நம்மோட பெயரைக் கூப்பிடுவாங்கன்னு இருக்கும். ராமசாமி, கணேசன், மகாலஷ்மி, திவ்யா என ஏதேதோ சில நூறு பெயர்களை வாழ்நாள் முழுவதும் அழைத்துக் கொண்டே இருக்கும் அந்தப் பெண்ணுக்குப் பிடித்த பெயர் என்னவாக இருக்கும் என்கிற சிந்தனை மனதில் ஓடுகிறது. யோசித்துப் பார்த்தால், அத்தனை ஆயிரம் பெயர்களோடு பரிச்சயம் கொண்டிருக்கும் மனதிற்கு, ஏதோ ஒரு புள்ளியில் பெயர் என்கிற அடையாளம் மறந்து போய், சில செயல்கள், சில வார்த்தைகள், சில நினைவுகள்

மூலமாகத்தான் மனிதர்கள் நினைவில் மிஞ்சுகிறார்கள். முதலெழுத்திலிருந்து கடைசி எழுத்து வரையிலான எத்தனையோ பெயர்களை அழைத்துக் கொண்டே இருக்கும் ஒரு ஆசிரியரின் நினைவில் பதிந்திருப்பது, சிரிப்பு நிறைந்த முகமோ சந்தனத்தீற்றலின் அழகோ, அழுகை நிரம்பிய கண்களோ, அடர்த்தியான மௌனம் நிரம்பிய முகமோ, குறும்பு கொப்பளிக்கும் ரெட்டை ஜடையோதான்! பெயர்கள் அல்ல! ஒவ்வொரு நினைவும் மிச்சம் இருக்கிறது.

அந்த வாழ்வை ஓராயிரம் கனவுகளோடு ஆரம்பித்தபோது, நான் தனிமையின் பிள்ளைதான். நிரம்பி வழியும் இந்தத் தனிமையெல்லாம் தாய்மையாகும் ஏதோ ஒரு தருணத்திற்காகத்தான். என் தனிமையின் எல்லா ஜன்னல்களின் வழியாகவும் மனிதர்கள் நுழைந்து நுழைந்து நிறைக்கிறார்கள், என்கிற வரிகளை வாசிக்கும் போதெல்லாம் நெஞ்சம் நிறைந்து அமைதி நிலவுகிறது. அமைதியை விடப் பெரிய சந்தோஷம் ஏதும் இல்லை என்கிற புத்தரின் வார்த்தைகள் தான் இந்த வாழ்விற்கான பெரும் வெளிச்சம். ஒரு கடைக்கோடி மனிதனுக்கு நாம் அளிக்கும் ஒரு சிறிய புன்னகையையும், துளி கண்ணீரையும் நம் துருத்தியில் எப்போதும் நிறைக்கும் இயற்கையின் பிரியங்களை விட வேறேதும் வரம் உள்ளதா?